கடைசி ஏழு நாட்கள்

நவநீதன்

aelay
publish

கடைசி ஏழு நாட்கள்
கதை
ஆசிரியர் : நவநீதன் ©
முதல் பதிப்பு : நவம்பர் 2023
ஏலே பதிப்பகம்
5/175, பாத்திமா நகர், கூத்தென்குழி,
திருநெல்வேலி - 627104
தொடர்புக்கு : +91 9944992571

Kadaisi ezhu naatkal
by Navaneethan ©
First Edition : Nov 2023

ISBN : 978-81-19332-56-4
Mobile - 9629172551
Mail - gk96291@gmail.com
Aelay Publish
Contact : +91 9944992571
Designed by : Aelay publish team

என் கற்பனையிலிருந்து......

இந்த புத்தகம் முழுவதும் கற்பனையில் எழுதப்பட்டது. இதில் கூறிய கருத்துக்களும் வசனங்களும் வெறும் கற்பனையே, இப்புத்தகம் படிப்பவர்களின் மனதிற்கு ஏற்ப கொஞ்சம் மாறுபடும். இப்புத்தகத்தில் வரும் கதாபாத்திரம், இன்னும் ஏழு நாட்களில் தனக்கு ஏதோ ஒரு ஆபத்து வரும் என்று நினைத்து பயந்து வாழ்கிறது, அப்படி அந்த கதாபாத்திரம் பயந்து செய்யக்கூடிய மற்றும் சொல்லக்கூடிய விஷயங்கள் தான் இந்த புத்தகம்.

இந்த புத்தகத்த படிக்கும் போது நிறைய கேள்விகள் வரும், சந்தேகங்கள் வரலாம் மற்றும் குறைகள் ஏதாவது இருந்தால் கூட கீழே இருக்குற மின்னல் அஞ்சலிலும், இன்ஸ்டாகிராம் பக்கத்திலும் நீங்கள் கேட்டு தெரிந்து கொள்ளலாம்.

நவநீதன்.
(07.09.2023)

Contact,
EMAIL. : navikdirector@gmail.com
INSTAGRAM : @navik_director

கடைசி ஏழு நாட்கள்

அத்தியாயம் ஒன்று : நான் யார்?

நமக்குலாம் எதுக்கு கனவு வருதுன்னு உங்களுக்கு தெரியுமா? அந்த கனவுகள் நமக்குள்ள எந்த மாதிரி தாக்கத்தை ஏற்படுத்துமுன்னு தெரியுமா? கனவுகள சில பேர் ரொம்ப சாதாரணமா நினச்சுகிட்டு இருக்காங்க, ஆனா அது அப்படி இல்ல, அது ரொம்பவே அபூர்வமானது. அந்த அபூர்வமான கனவிலிருந்து ஒரு கனவ உங்களுக்கு நான் சொல்லப் போறேன்...... 'என் பேரு என்னன்னா'....... அது மட்டும் இப்போதைக்கு வேண்டாம்னு நினைக்கிறேன்.

'என்னடா இது, எப்பப் பார்த்தாலும் நம்ம சாப்பிட்டு இருக்கும்போது சரி, போன் சார்ஜ் போடும்போது சரி, எல்லா சேனலையும் விளம்பரமா போடுறாங்க, இல்லனா நமக்கு புடிக்காததா போடுறாங்க', அப்படின்னு நான் மனசுக்குள்ள நினச்சிட்டு இருக்கும்போது திடீர்னு கேபிளும் கட் ஆகிருச்சு, 'நல்லதா போச்சு, பேசாம நம்ம டிவியை ஆஃப் பண்ணிட்டு நம்ம சாப்பிட்டு முடிச்சிடலாம்'னு நினச்சு, டிவி ரிமோட் எடுத்து டிவி ஆஃப் பண்ணா, ஆனா ஆஃப் ஆகல, திரும்பத் திரும்ப அந்த பட்டன தட்டிக்கிட்டே இருக்கேன், ஆனா அது ஆஃப் ஆகல.

'என்னடா இது ரிமோட் கூட நம்மள பழிவாங்குது'ன்னு நினச்சுக்கிட்டு டிவியோட வையர புடுங்க போனேன், ஆனா அதுக்குள்ள ஒரு சத்தம் வர ஆரம்பிச்சுடுச்சு அந்த சத்தம் என்னன்னு பார்க்கலாம்னு டிவி முன்னாடி போனா, அந்த அரக்கன் சாரி, அந்த அரக்கி..... அத எப்படி சொல்றதுன்னு எனக்கு சரியா தெரியல, இருந்தாலும் என் கனவுல என்னய பயப்படுத்துன குரல் தான் இது, அப்படின்னு நான் பயந்துட்டு இருக்கும்போது, டக்குனு

கடைசி ஏழு நாட்கள்

அந்த உருவம் டிவில இருந்து வெளியே வந்து என் கழுத்தை புடிச்சிருச்சு.

அம்ம்ம்மா... ச்சீ, திரும்பவும் அதே கெட்ட கனவுதான், நான் நினச்சது சரிதான் போல, எல்லாமே முடியப்போகுது, என்ன முடியப் போகுதுனு என்கிட்டே கேட்காதிங்க, அது எனக்கே சரியா தெரியல, ஆனா ஏதோ பெருசா ஒன்னு நடக்க போகுது, அது சாவா கூட இருக்கலாம், இல்ல நான் தொலைஞ்சு கூட போகலாம், இல்ல பெரிய ஆபத்து கூட வரலாம், அந்த மாதிரி அது எப்படி வேணும்னாலும் இருக்கலாம், ஆனா என்னன்னு சரியா சொல்ல தெரியல.

நீங்க நினைக்குலாம் "என்னடா இவன் லூசு மாதிரி பேசிகிட்டு இருக்கான்னு" ஆனா இது எந்தளவுக்கு உண்மைனு எனக்கு மட்டும் தான் தெரியும், ஏன்னா அந்த மாதிரி சம்பவம் எனக்கு ஏற்கனவே நடந்திருக்கு, அது என்னன்னு நான் போகப் போக சொல்லுரேன், ஆனா நீங்க கொஞ்சம் வெயிட் பண்ணுங்க, இதலாம் நான் ஏன் சொல்லுறேன், எதுக்கு சொல்லுறேன், அப்படி என்னதான் நடக்க போகுது அப்படின்னு எதுவுமே தெரியாம முழிச்சுக்கிட்டு இருக்கீங்கன்னு தெரியும், இருந்தாலும் எனக்கு கொஞ்சம் வேலை இருக்கு அத முடிச்சிட்டு நான் சொல்லுறேன்.

ஏன்னா என்னோட வேலைய முடிக்க இன்னும் ஏழு நாள் தான் இருக்கு, அதனால சீக்கிரமாவே எல்லா வேலையும் முடிக்கணும், முதல என்னோட புக்க தான் எழுதி முடிக்கணும், அதனால என்னோட ரைட்டிங் டேபிள்ல உட்கார்ந்து புக்க எழுத ஆரம்பிச்சேன், இருந்தாலும் என்னால எழுத முடியல அதுக்கு காரணம் அந்த கனவுகள் தான், திரும்பத் திரும்ப என் மூளைக்குள்ள வந்து என்ன பயமுறுத்திக்கிட்டே இருக்கு, ஆனாலும் திரும்பத் திரும்ப முயற்சி பண்ணிக்கிட்டே தான் இருக்கேன், ஆனா எத்தன

முற நான் முயற்சி பண்ணாலும் திரும்பத் திரும்ப தோத்துக்கிட்டே இருக்கேன்,

என்னதான் நான் தோத்துக்கிட்டே இருந்தாலும், இத நான் முடிக்கணும் தான் ஆசைப்படுறேன், ஏன்னா ஆறு நாளுக்கு அப்புறம் என்ன வேணாலும் நடக்கலாம், ஒன்னு நான் தொலைஞ்சு போகலாம் இல்ல எனக்கு பெரிய ஆபத்து வரலாம், ஏன் நான் செத்துக்கூட போகலாம், அப்படி ஏதாவது ஒன்னு நடந்துச்சுன்னா, அப்போ இது முன்னாடியே நான் பண்ணியிருக்கலாம்னு நான் ஃபீல் பண்ண கூடாதுன்னு தான், இப்ப இதப் பண்ணிட்டு இருக்கேன்.

நம்ம ஒரு விஷயம் பண்ணிட்டு இருக்கும்போது அது நம்மளால ஒழுங்கா இல்ல சரியா பண்ணாம கூட போகலாம், அதுக்கு காரணம் நம்ம கவனம் அந்த விஷயத்துல முழுசா இல்லாததுனால தான், அப்போ ஒவ்வொருத்தங்களும் அவங்க கவனத்த திரும்ப கொண்டு வர்றதுக்கு அவங்களுக்கு புடிச்ச விஷயத்தை பண்ணுவாங்க, அதே மாதிரி தான் நானும், எனக்கு எழுதும் போது ஏதாவது தடங்கள் வந்துருச்சுன்னா எனக்கு புடிச்ச கேம் ஆன "தி ஷேடோ ஆஃப் தி ஹெல்" கேம விளையாடுவேன்.

ஏன்னா கேம்ஸ் விளையாண்டாதான் என்னோட மைண்ட் ரெஃப்ரெஷ் ஆகும், அதுக்கு காரணம் கேம்ல எப்போதும் "சேலஞ்ச்" இருக்கும், அந்த சேலஞ்ச் ஒவ்வொருவாட்டி முடிக்கும்போது என்னோட மனசு தானாவே மோட்டிவேஷன் அடையும், அதவிட இந்த "தி ஷேடோ ஆஃப் தி ஹெல்" கேம்ல லைஃபுக்கு தேவையான லெசனும் இருக்கும்.

அதுல முக்கியமான ஒன்னுனா ஹீரோ முதல்ல பவர் இல்லாம சாதாரணமா இருப்பான். கொஞ்சம் கொஞ்சமா வில்லன்கள எதிர்க்கும் போது இவனுக்கு கொஞ்சம் கொஞ்சமா பவர் வரும், அதனால பலசாலியாக மாறுவான், அது மட்டுமில்லாம, எவ்ளோ பெரிய வில்லன் கூட சண்ட போடுறாரோனோ அந்த அளவுக்கு இவனும் பலசாலி ஆகுறான்.

அப்பதான் நான் கத்துக்கிட்டேன், நம்ம எவ்ளோ பெரிய பிரச்சனை சமாளிக்க போறோமோ அவ்ளோ பெரிய பலசாலியாக மாறப் போறோம்னு, ஆனா என்ன தான் நம்ம பெரிய பலசாலியாக இருந்தாலும், நம்ம எல்லார்கிட்டயும், எல்லா விஷயத்திலும், நம்ம மட்டும் தான்.... ஜெயிப்போம்னு உறுதியா சொல்ல முடியாது, அதே சமயத்தில அது கட்டாயமும் இல்ல.

ஏன்னா, சின்ன வயசுல என்ன விட பலசாலியா இருந்த ஒருத்தன் என்ன எப்பப் பார்த்தாலும் அடிச்சுக்கிட்டே இருந்தான், அதுக்கு காரணம் என்னால அவன திருப்பி அடிக்க முடியாத னால தான், அதனால எப்பப் பார்த்தாலும் அடிச்சுக்கிட்டே இருப்பான், அப்படி ஒரு நாள் அவன் என்னய அடிச்சிட்டு இருக்கும்போது எனக்கு ரொம்ப கோவம் வந்து பென்சில கூர்மையாக்கி அவன் கண்ணு கிட்ட வச்சு "இன்னொரு முற உன் கை என் மேல பட்டுச்சுன்னா, உன் கண்ணு இருக்காது, இத நீ யார் கிட்ட வேணாலும் சொல்லு, எனக்கு உன் மேல பயமில்ல, நான் சொன்னதுல்ல உனக்கு நம்பிக்கை இல்லனா இப்பவே சொல்லு, உன் கண்ண குத்தி காமிக்கிறேன்"னு நான் சொன்னதும் அவன் பயந்துகிட்டு போயிட்டான், அதுக்கப்புறம் ஒரு தடவ கூட அவன் என்ன அடிச்சது இல்ல,

அப்போதான் எனக்கு புரிஞ்சது. 'எல்லா விஷயத்தையும் பலத்தால மட்டும் ஜெயிக்க முடியாது, சில விஷயத்த ஜெயிக்கிறதுக்கு அறிவும் முக்கியம்'னு.

அப்போ அறிவு, பலம் இருந்தா ஜெயிச்சுருலாமா'னு கேட்டா? அதுவும் கஷ்டம் தான், எப்பயுமே இங்க நிறைய பேரு வெற்றிய பத்தி மட்டும்தான் பேசுறாங்க இல்லனா சில பேரு தோல்வியைப் பத்தி பேசுறாங்க, ஆனா அது ரெண்டுக்கும் இடையில் உள்ள அனுபவத்தப் பத்தியோ சந்தோஷத்தப் பத்தியோ பேசுறதற்கு ஆட்கள் ரொம்பவே கம்மிதான். ஒரு விஷயத்துல நீங்க ஜெயிக்கிறது முக்கியமா, இல்ல தோக்குறது முக்கியமா'னு கேட்ட, எனக்கு தெரிஞ்சு ஒரு விஷயத்தை செய்யறது தான் முக்கியம்னு நான் சொல்லுவேன்.

ஒரு விஷயம் பண்றதுக்கு முன்னாடி நல்லா வருமா, நல்லா வராதா அதுல ஜெயிப்போமோ, இல்ல தோப்போமா, அது மத்தவங்களுக்கு பிடிக்குமா, இல்ல பிடிக்காதா, அப்படின்னு யோசிக்கிறத விட்டுட்டு அந்த விஷயத்த முதல்ல பண்ணலாம், நல்லா வந்தா சந்தோசம், நல்லா வரலைன்னா அதுக்கு என்ன தேவையோ அதக் கத்துக்கிட்டோ இல்ல ரெடி பண்ணிட்டோ அடுத்த தடவ அத நல்லா பண்ணப் போறோம் அவ்வளவுதான். அத விட்டுட்டு சும்மா யோசிச்சுட்டே இருந்தா வாழ்க்கையில ஒன்னுமே பண்ண முடியாது.

இருந்தாலும் எனக்கு ஒன்னு மட்டும் புரியல, இங்க சில பேர் தங்களுக்கு பிடிக்காத கல்யாணத்தை பண்றாங்க, பிடிக்காத வேலைக்கு போறாங்க, பிடிக்காத படிப்பை படிக்கிறாங்க இதெல்லாம் ஏன்? இது எல்லாத்தையும் தாண்டி சில பேர் தங்களுக்கு புடிச்சவங்களுக்காக தங்களுக்கு பிடிக்காத நிறைய விஷயங்களை செய்றாங்க, ஏன்னா இது எல்லாமே அன்புக்கு அடிமையாக

இருக்கிறதுனால தான், இதெல்லாம் சரியா, தப்பா'னு கேட்டீங்கன்னா... எனக்கு தெரியல. ஒரு வகையில புடிச்சதை விட்டுட்டு புடிக்காத செய்யறது, ஒரு வகையான தோல்விதான், ஆனா புடிச்சவங்களுக்காக சில நேரம் தோக்கலாம், அது தப்பு இல்ல, அதே மாதிரி தோக்கறது நினச்சு பயப்படாதீங்க, அந்த பயம் தோல்விய விட மோசமானது.

"உனக்கு என்னடி இல்ல என்னடா" அப்படின்னு உங்களுக்கு என்ன தோணுதோ அத நீங்க வச்சுக்கோங்க எனக்கு பிரச்சனை இல்ல, நான் ஆணா இருந்தாலும் பெண்ணா இருந்தாலும் எதுவும் மாறப்போவதில்ல......, "உனக்கு என்ன நீ ஈஸியா சொல்லிட்ட, தோத்துட்டா அது எவ்ளோ பிரச்சனை தரும் தெரியுமா? அதவிட அது எவ்வளவு பெரிய வலி தரும் தெரியுமா உனக்கு?"அப்படின்னு நீங்க கேட்குறது எனக்கு புரியுது, ஆனா இதுக்கு என்கிட்ட இருக்கிற ஒரே ஆன்சர் என்னன்னா "நானும் நிறைய தடவ தோத்திருக்கேன்...."

அத்தியாயம் இரண்டு : ஆசைகள்

ஆசை, இந்த வார்த்தைக்கு நிறைய அர்த்தமும், நிறைய மதிப்பும், ஏன் நிறைய சக்தியும் இருக்கும்'னு நான் நம்புறேன், சின்ன வயசுல எல்லாருக்குமே நிறைய ஆசைகள் இருக்கும், அந்த ஆசைய வெறும் ஆசையா நினைக்காம அது பின்னாடி துரத்தி போனவங்க எல்லாருமே ஜெயிச்சிருப்பாங்க. அந்த ஆசைய வெறும் ஆசையா மட்டும் நினச்சிட்டு இருந்தவங்க ஜெயிச்சிருப்பாங்களானு எனக்கு தெரியல, ஏன்னா இந்த ஆசைகள் இருக்கிறதனாலதான் இந்த உலகத்துல உயிர்கள் வாழ்ந்துட்டு இருக்கு.

ஒரு செகண்ட் நினச்சு பாருங்களேன், இந்த உலகத்தில இருக்குற எல்லா ஆசைகளையும் எடுத்துட்டோம்னா என்ன ஆகும்? அப்படி அந்த ஆசைகளை எடுத்துட்டோம்னா, உங்கப் பக்கத்து வீட்டு பையனோ, பொண்ணோ உங்ககிட்ட பேச மாட்டாங்க, உங்க கிளாஸ்ல யாருமே பாஸ்மார்க் கூட எடுக்க மாட்டாங்க, நீங்க வேல பார்க்கிற இடத்துல யாருக்குமே நல்ல சம்பளம் கிடைக்காது, உங்க மாமா உங்க வீட்டுக்கு வர மாட்டாரு, உங்க சித்தப்பா வீட்டுக்கு நீங்க போக மாட்டீங்க,

உங்க பாய் ஃபிரண்ட் கிட்ட நீங்க பேச மாட்டீங்க, உங்க கேர்ள் ஃபிரண்ட்க்கு நீங்க கிஃப்ட் கொடுக்க மாட்டீங்க, பக்கத்து வீட்டு குழந்த உங்களப் பார்த்து சிரிக்காது, எதிர்த்த வீட்டு நாய் உங்களப் பார்த்து வாலாட்டாது, ஒலிம்பிக்ஸ்ல உங்க நாடு பதக்கம் வாங்காது, வேர்ல்ட் கப்ல உங்களுக்கு புடிச்ச டீம் செலக்ட் ஆகாது, உங்களுக்கு புடிச்ச ஆக்டர் உங்களுக்கு புடிச்ச படத்துல ஆக்ட் பண்ண மாட்டாரு, உங்க அப்பாக்கு உங்க அம்மாவ பிடிக்குமான்னு தெரியல,

உங்க அம்மாவுக்கு உங்க அப்பாவ பிடிக்குமான்னு தெரியல.

இந்த உலகத்துல யாருக்கும் யாரையும் புடிக்குமா பிடிக்காதானு தெரியாது, மொத்தத்தில இந்த உலகத்துல யாருக்குமே எதுவுமே தேவப்படாது, இப்ப சொல்லுங்க ஆசைகள் இல்லனா இந்த உலகம் என்ன ஆகும்? அதனால ஆசைப்படுங்க அது சின்ன ஆசையோ, பெரிய ஆசையோ எதுவா இருந்தாலும் ஆசைப்படுங்க அது தப்பில்ல.

எனக்கும் சின்ன வயசுல நிறைய ஆசைகள் இருந்துச்சு, அதுல முக்கியமான ஆசை என்னன்னா ஒரு அழகான வாழ்க்கைய வாழனும்னு ஆசைப்பட்டேன், இது ஒன்னும் தனித்துவமான ஆசை இல்லன்னு எனக்கு தெரியும், இருந்தாலும் நான் அததான் ஆசைபட்டேன். அதுக்கு காரணம் நான் சின்ன வயசுல படிச்ச புத்தகங்கள் தான் அது, 'சார்லஸ் டார்வின், தாமஸ் ஆல்வா எடிசன், மாவீரன் நெப்போலியன், ஆப்ரஹாம் லிங்கன்' இவங்கள பத்தி நான் படிக்கும்போது அவங்க வாழ்க்கையப் பத்தி நான் புரிஞ்சுகிட்டேன், அதிலிருந்து நான் நிறைய விஷயங்கள கத்துக்கிட்டேன், அதுல இருந்து ஒன்னு சொல்லணும்னா, உங்களுக்கு ஒரு திறம இருக்குனா அத எக்காரணத்த கொண்டு அதப் பயன்படுத்தாம விட்ர கூடாதுன்னு தான் சொல்லுவேன், அதனால நானும் எனக்கு என்ன திறம இருக்குதுன்னு தேட ஆரம்பிச்சேன், அப்படி தேடுனதுல, எனக்குள்ள அளவு கடந்த கற்பன சக்தி இருக்குனு நான் தெரிஞ்சுகிட்டேன்.

அத வச்சு என்ன பண்ணலாம்னு பார்க்கும்போது நிறைய விஷயங்கள் பண்ணலாமுன்னு எனக்கு தோணுச்சு, ஆனா நான் புத்தகம் எழுதலாம்னு தான் முடிவு பண்ணேன், ஆனா முதல எப்படி எழுதணும்னு எனக்கு தெரியல, இருந்தாலும் நானே கொஞ்சம் கொஞ்சமாக கத்துக்கிட்டேன்,

அதுக்கப்புறம் நான் கொஞ்சம் கொஞ்சமா எழுத ஆரம்பிச்சேன், ஆனாலும் சுத்தி இருக்கிறவங்க எல்லாம் என்ன சொன்னாங்கன்னா.

"நீ புத்தகத்த எழுதாத, ஏன்னா புத்தகம் படிக்கிறவங்க எல்லாம் கம்மியாகிட்டாங்க, அது மட்டுமில்லாம நீ நிறைய விஷயம் கத்துக்காம எழுதுனா உன்னால நல்ல புத்தகம் எழுத முடியாது".

'புத்தகத்த எழுதுறத விட்டுட்டு வேற ஏதாச்சும் நல்ல வேல இருந்த பாரு'ன்னு சொன்னாங்க,

"உனக்கு எல்லாம் யார தெரியும், நீயெல்லா புத்தகத்த எழுதுனா எத்தன பேரு வாங்கி படிப்பாங்கன்னு கொஞ்சம் யோசிச்சு பாரு"ன்னு சொன்னாங்க,

'புத்தகத்த அதிகமா விக்க முடியலன்னா உனக்கு பணம் கிடைக்காது, பணம் கிடைக்கலன்னா, உன் வாழ்க்கைய எப்படி நடத்துவேன்னு' சொன்னாங்க.

இந்த மாதிரி என்ன சுத்தி இருக்கிறவங்க ஒவ்வொருத்தவங்களும் ஒன்னொன்னா சொன்னாங்க ஆனா, இதுலாம் கண்டுக்காம, என்னோட வேல என்னவோ அத மட்டும் நான் பார்த்துட்டு இருந்தேன். அவங்க சொல்லுறது நான் எதுவுமே கேக்காம என்னோட முத புக்க பப்ளிஷ் பண்ணேன்.

ஆனா, அவங்க என்ன சொன்னாங்களோ அதுதான் நடந்தது, என்னோட புத்தகம் யாருமே வாங்கல, முக்கியமா என் கூட இருக்குற ப்ரெண்ட்ஸ் கூட வாங்கல, இத எல்லாமே நான் மாத்தணும்னு ஆசைப்பட்டேன், அதனால நானே ஒவ்வொருத்தவங்க கிட்டயா போய் சொன்னேன், அதுல சில பேரு என் புத்தகத்த வாங்குனாங்க, அவங்க படிச்சிட்டு

நல்லா இருக்குன்னு சொன்னதால, இன்னும் சில பேரு வாங்கி படிச்சாங்க.

அப்படியே கொஞ்சம் கொஞ்சமா என்னோட புக் சேல்ஸ் அதிகம் ஆச்சு, அதனால நான் என்னோட அடுத்த புக்க எழுத ஆரம்பிச்சேன். ஒவ்வொரு புக் நான் எழுதும் போது, முன்னாடி இருந்ததவிட நான் இன்னுமே பெட்டரா எழுத ஆரம்பிச்சேன், அப்படியே நானும் என்னோட திறமைய வளர்க்க ஆரம்பிச்சேன், அதனால என்னய ஒரு 'நல்ல ரைட்டர்'னு என் புக்க படிச்சவங்க எல்லாருமே சொன்னாங்க. என்னதான் நான் ஒரு நல்ல ரைட்டர்னு பேர் எடுத்தாலும் 'என்னோட எல்லா புக்கும் அதிகமாக சேல்ஸ் ஆகல' ஏன்னா என் கடைசி புக்க படிச்சவங்க வெறும் பத்தே பத்து பேர்தான்.

நான் சரியா சொல்லனும்னா என் 'முதல் புக்க சரியா ஆயிரம் பேருக்கு மேல படிச்சாங்க, செகண்ட் புக்க ஐந்நூறு பேருக்கு மேல படிச்சாங்க, மூணாவது புக்கும், நாலாவது புக்கும் நூறு பேருக்கு மேல படிச்சாங்க கடைசியா எழுதின ஏழு, எட்டு புக்குல ஒரு புக்கு கூட ஐம்பது புக்குக்கு மேல சேல்ஸ் ஆகல இருந்தாலும் இன்னமும் நான் எழுதிட்டு தான் இருக்கேன்.

அதுக்கு முக்கிய காரணம் என்னன்னா நான் தோல்விய பத்தியோ, வெற்றிய பத்தியோ நினைக்கிறது விட்டுட்டு, எனக்கு புடிச்சது மட்டும்தான் நான் பண்ணிட்டு இருக்கேன், அதனால இன்னமும் என்னால எழுதிட்டு இருக்க முடியுது, இங்க சில பேரு ஒரு விஷயம் பண்ணா அதுல நாம தான் பெஸ்ட்டா இருக்கணும்னு நினச்சுட்டு இருப்பாங்க ஆனா அது அப்படி இருக்கணும்னு எந்த ஒரு அவசியமும் இல்ல, ஏன்னா ஒரு கிளாஸ்ல எல்லாருமே ஃபர்ஸ்ட் ரேங்க் எடுக்க முடியாது, ஒரு போட்டியில

எல்லாருனாலயுமே பதக்கத்த வாங்க முடியாது. இது புரிஞ்சுக்கணும் அவ்வளவுதான்.

இங்கே இருக்க எல்லாருனாலயும் எல்லா நேரத்துலயும் ஜெயிக்க முடியாது, சில டைம் தோத்து தான் ஆகணும் அத புரிஞ்சுகிட்டா போதும், எனக்கு நடிகரா ஆகணும்னு ஆசை இருந்தா நடிகர்தான் ஆவேன், ஆனா எல்லாரும் என்கிட்ட கேக்குறது என்னன்னா நீ ஏன் இன்னும் சூப்பர் ஸ்டார் ஆகலனு.

அதேதான் நான் ஒரு ரைட்டர் ஆகணும்னு ஆசைப்பட்டேன், ஆனா நான் ஒரு நல்ல ரைட்டர்ராவே ஆகிட்டேன், இருந்தாலும் எல்லாரும் என்கிட்ட கேக்குறது என்னன்னா 'நீ ஏன் இன்னும் ஃபேமஸ் ரைட்டர் ஆகலன்னு'.

அதனால, இப்ப சொல்லுங்க யாரு மேல தப்பு இருக்குனு கேள்வி கேட்கிற அவங்க மேலயா இல்ல என் மேலயானு, அதே மாதிரி தான் காதலும், நீங்க ஒரு ஒருத்தர எவ்வளவு வேணாலும் லவ் பண்ணலாம் அது தப்பு இல்ல, ஆனா அவங்க திருப்பி லவ் பண்ணனும்னு எந்த ஒரு அவசியமும் இல்ல ஏன்னா காதலுங்குறது......

அத்தியாயம் மூன்று : காதல்

காதல், இந்த வார்த்தைய கேக்கும் போது நம்மலோட மனசுல வர எண்ணங்களுக்கு அளவே இருக்காது, இந்த உலகத்துல இருக்குற எல்லாருக்குமே காதல்னா என்னன்னு தெரியும், அத பத்தி ஒவ்வொருத்தவங்களுக்கும் ஒவ்வொரு கருத்து இருக்கும். சில பேர் நான் உன்ன காதலிக்கிறேன் அதனால நீ எனக்கு வேணும் அப்பபடின்னு சொல்லுவாங்க, சில பேர் நீ வேணும் அதனால உன்ன காதலிக்கிறேன்னு சொல்லுவாங்க..,

என்னதான் இந்த மாதிரி, காதலுக்கு வேற வேற அர்த்தம் இருந்தாலும் காதல்'ங்குறது ஒன்னுதான், காதலுக்கு கடந்த காலம், எதிர்காலம், நிகழ்காலம்'னு மூணு காலத்தையுமே ஒன்னா இணைக்கிற சக்தி இருக்கு. கடந்த காலத்துல இருக்குற காதலையும், எதிர்காலத்தில வர காதலையும் நினைக்கும் போது நம்ம அந்த காலத்துக்கே போயிடுறோம்.

காதல்ல ஜெயிச்சவங்கள விட தோத்தவங்க அதிகம்னு நான் கேள்விப்பட்டு இருக்கேன், அது எந்த அளவுக்கு உண்மைனு தெரியல, காதல்ல தோல்வி முக்கியமா, வெற்றி முக்கியமானு என்கிட்ட கேட்டா, காதல உண்மையா காதலிக்கிறது தான்'னு நான் சொல்வேன்.

ஒரு காதல் கதைய கேட்கும்போது இல்ல ஒரு காதல் படத்த பார்க்கும்போது, அதுல வர்ற காதல விட அந்த கதாபாத்திரம் தான், நம்மள அதிகமா வசியப்படுத்தும். அந்த மாதிரி கதாபாத்திரங்கள நம்ம நிஜ வாழ்க்கையிலும் இருந்தா நல்லா இருக்கும்னு தோணும் அப்படி இல்லன்னா நிஜ வாழ்க்கையில நம்ம கூட வாழ்றவங்க

கிட்ட ஒப்பிட்டு பார்ப்போம். நானும் அந்த மாதிரிதான், ஆனா நான் ஒரு காதல் கதைய படிச்சிட்டு அந்த கேரக்டர நான் ஒப்பிட்டு பார்க்க மாட்டேன், அதுக்கு பதிலா நான் எழுதுற காதல் கதைக்கு அவங்கள ஒரு கேரக்டரா நினைச்சுப்பேன், அது யாருன்னு நீங்க கேக்கறது புரியுது.

அவங்க யாருன்னா... சின்ன வயசுல ஸ்கூல்ல படிக்கும்போது நாங்க ரெண்டு பேரும் ஃபிரண்டா இருந்தோம், ஆனா நாங்க ரெண்டு பேரும் வேற வேற ஸ்கூல்ல தான் படிச்சோம். ஒரு நாள் எதர்ச்சியா பஸ்ல மீட் பண்ணோம், அப்போ நாங்க 'டென்த்' படிச்சுட்டு இருந்தோம். அப்போ'ல இருந்து நாங்க ஒரு நல்ல ஃபிரண்டா இருந்தோம். டுவெல்த் முடிஞ்சதும் நாங்க ரெண்டு பேரும் வேற வேற காலேஜ்ல ஒரே டிபார்ட்மெண்ட்ல சேர்ந்தோம். 'டுவெல்த்' படிச்சதுக்கு அப்புறம் நாங்க ரெண்டு பேரும் ஒருத்தருக்கு ஒருத்தர் பேசிக்கிட்டது இல்ல, ஏன்னா அவங்க நம்பர் என்கிட்டயும், என் நம்பர் அவங்ககிட்டயும் இல்லதால, என்னதான் நாங்க பேசிக்காம இருந்தாலும் ஒருத்தருக்கு ஒருத்தர் நினைச்சுட்டு தான் இருந்தோம்.

இப்படியே ஒரு வருஷம் முடிஞ்சு போச்சு, காலேஜ் பர்ஸ்ட் இயர் முடிஞ்சதுக்கு அப்புறம் லீவுல நாங்க எதர்ச்சியா மீட் பண்ணோம், அப்போ எங்களுக்குள்ள இருந்த சந்தோஷத்துக்கு அளவே இல்லாம இருந்துச்சு, அதுக்கப்புறம் நாங்க ரெண்டு பேரும் நம்பர் ஷேர் பண்ணி ரெகுலரா பேச ஆரம்பிச்சோம் பழைய மாதிரி .

இப்படியே கொஞ்ச நாள் போச்சு, திடீர்னு ஒரு நாள் என்கிட்ட வந்து என்னைய லவ் பண்ணுரனு சொல்லிட்டாங்க, அவங்க அப்படி சொன்னதும் எனக்கு என்ன சொல்லுறதுனே தெரியல. என்னால ஓகேனும் சொல்லமுடியல, வேணாம்னும் சொல்ல முடியல, அது

ஏன்னா அவங்கள வேணும்னு சொல்லுறதுக்கும் எந்த காரணமும் இல்ல, வேணாம்னு சொல்லுறதுக்கும் எந்த காரணமும் இல்ல.

மத்தப்படி அவங்கள எல்லாம் விதத்திலையும் எனக்கு ரொம்ப புடிக்கும், சரி இப்போதைக்கு வேணாம் அப்படின்னு சொல்ல நினைச்சேன், ஆனா அதுக்கு முன்னாடி அவங்க என்கிட்ட ஒரு விசயம் சொன்னனால, அதுவும் என்னால சொல்ல முடியாம போச்சு அந்த விசயம் என்னன்னா, அவங்க அம்மா இறந்ததுக்கு அப்புறம் நரகமா இருந்த வாழ்க்க என்னாலதான் சொர்கமா மாறிச்சுனு சொன்னாங்க, அது மட்டுமில்லாம நான் அவங்க கூட இருக்கும் போது அவங்க அம்மா கூட இருக்கிற மாதிரி இருக்குன்னு சொன்னாங்க.

அதனால உடனே என்னால வேணாம்னு சொல்ல முடியல, இப்படியே சில மாசங்கள் போச்சு. எனக்குள்ளயும் என்னயே அறியாமலேயே கொஞ்சம் கொஞ்சமா அவங்க மேல காதல் வர ஆரம்பிச்சது, ஆனாலும் என்னால அவங்ககிட்ட, அத நேரடியாப் போய் சொல்ல முடியல அதுக்கு காரணம் கனவுல வர இன்னொருத்தவங்க தான், ‘இன்னொருதவங்களா அது யாருனு’ நீங்க கேட்குறது எனக்கு புரியுது.

அவங்க யாருன்னு எனக்குமே பெருசா ஒன்னும் தெரியாது, ஆனா அடிக்கடி கனவுல மட்டும் வருவாங்க, அவங்க பேரு என்னன்னு கனவுல என்கிட்ட சொல்வாங்க, ஆனா கனவு முடிஞ்சதும் எனக்கு அது நியாபகம் இருக்காது.

என்னதான் அவங்க பேர நான் மறந்தாலும் அவங்க என்ன லவ் பண்ணதும், அவங்க பழகுனதும் என்னால மறக்க முடியல, அவங்கள எனக்கு ரொம்ப புடிக்கும், அவங்க கூட இருக்குறது சந்தோஷமா இருக்கும், இருந்தாலும்

அவங்ககிட்ட அத சொல்ல முடியல ஏன்னா அவங்க அப்பா தன் மகனயோ, மகளையோ வேற ஜாதிக்கோ, வேற ஒரு மதத்துக்கோ கல்யாணம் பண்ணி கொடுக்க மாட்டாரு.

என்னதான் இந்த காதல் கத அழகா இருந்தாலும் இதன் முடிவு நல்ல இருக்காதுன்னு என் மைண்ட்ல ஓடிடே இருந்துச்சு, இத அவங்ககிட்டயும் சொன்னேன், ஆனா அத புரிஞ்சுகாம என்ன திரும்ப திரும்ப காதலிச்சுட்டே இருந்தாங்க.

என்னதான் நான் அவங்கள காதலிக்காம இருந்தாலும், அவங்க கூட கடைசி வரைக்கும் நான் ஒரு ஃபிரண்டா இருக்கணும்னு ஆசைபட்டேன் ஏன்னா காலேஜ்ல முதல் முதலா அவங்கள தான் நான் பார்த்தேன், அவங்களே வந்து என்ன சிரிக்க வச்சாங்க, எனக்கு தேவையானதையும், புடிச்சதையும் செஞ்சாங்க, நான் ரைட்டர்னு தெரிஞ்சதும் நான் புக் எழுத நிறைய ஹெல்ப் பண்ணாங்க, அதுல சக்ஸஸ் ஆனதும் என்ன விட அவங்க ரொம்ப சந்தோஷம் பட்டாங்க இவ்வளவு விஷயங்கள் எனக்காக பண்ணியிருக்காங்க, இருந்தாலும் எனக்கு அவங்க மேல காதல் வரல அதுக்கு ஒரு காரணம் அவங்க அப்பாவா இருந்தாலும், இன்னொரு காரணம் என்னன்னு எனக்கு தெளிவா தெரியல ஏன்னா இது எல்லாமே கனவுல நடந்தது.

இந்த கனவுகள்னால தான், என்னய லவ் பண்ணுறவங்க கிட்ட கூட, நான் லவ் பண்றேன்னு என்னால சொல்ல முடியல, நீங்க நினைக்குலாம் 'இது வெறும் கனவு தானே, ஏன் சீரியஸா எடுத்துக்கணும்'னு, ஆனா என்னால இத எல்லாத்தையும் சீரியஸ்சா எடுத்துக்காம இருக்க முடியாது.

ஏன்னா என் வாழ்க்கைல நான் கண்ட பாதி கனவுக்கு மேல என் நிஜ வாழ்க்கையில நடந்திருக்கு, சொல்லப்போனா

கனவுகள் தான் என் வாழ்க்கைய தீர்மானிக்குதுன்னு கூட சொல்லலாம், அது மட்டுமில்லாம இது எனக்கே தோணுச்சு 'வெறும் கனவுக்காக நிஜத்துல வாழுறவங்கள நம்ம விட்டு கொடுத்துட்டும், கனவுக்கும், நிஜத்துக்கும் நடுவுல மாட்டிகிட்டும் முட்டாதனமா முழிச்சிட்டு இருக்கோம்ன்னு' தோணுச்சு, ஆனா அத பத்தி நினைக்கிறதுக்கு இனிமே அவசியம் இல்ல ஏன்னா நால் நாள எனக்கே என்ன வேணாலும் நடக்கலாம். இவ்வளோ குழப்பத்துக்கும் நடுவுல எனக்கு ஆறுதலா இருந்தது என்னோட புத்தகம் தான்.

அத்தியாயம் நான்கு : புத்தகம்

புத்தகங்கள் இந்த வார்த்தைய கேக்கும் போது ஒவ்வொருத்தவங்களுக்கும் ஒன்னு ஒன்னு தோணலாம், அதுல ஸ்கூல் படிக்கிற சில பேருக்கு புடிக்காம கூட போகலாம், என்னதான் அப்போ அவங்களுக்கு புடிக்காம இருந்தாலும் போகப் போக அத பத்தி தெரிஞ்சிப்பாங்க.

எல்லாருமே சொல்லுவாங்க புத்தகங்கள் ரொம்பவே சுவாரசியமானதுனு புத்தகத்த படிச்சா அது ரொம்பவே அற்புதமா இருக்கும், அது ஒரு பொக்கிஷமான உணர்வ தரும், அது மட்டுமில்லாம இந்த புத்தகத்த படிக்குறத விட உலகத்துல எதுவுமே சிறந்தது இல்லன்னும் சில பேரு சொல்லுவாங்க, ஆனா அதவிட சிறந்தது ஒன்னு இருக்கு, அது புத்தகத்த படிக்கிறதுவிட சிறப்பாவும் மற்றும் சுவாரசியமாவும் இருக்கும் அது என்னன்னா புத்தகத்த எழுதுறது.., அதவிட சுவாரசியமான ஒரு விஷயம் இருக்கான்னு எனக்கு தெரியல, ஆனா எனக்கு தெரிஞ்ச வர புத்தகம் எழுதுறது மிக சிறந்த சுவாரசியங்களில் ஒன்னு.

நான் சொல்லுறதுல உங்களுக்கு நம்பிக்கை இல்லாம கூட இருக்குலாம், நீங்க வேணும்னா ஒரு புத்தகமோ, ஒரு கதையோ எழுதிப் பாருங்க, நான் சொல்லுறது எவ்ளோ உண்மைன்னு புரியும், இங்க சில பேரு ஒரு கத எழுதும்போது ஒரு ஹீரோ, ஒரு வில்லன் வச்சுதான் எழுதுவாங்க, நானும் சில நேரம் அப்படி தான் எழுதுவேன், ஆனா அப்படி மட்டும் எழுதணும்னு அவசியம் இல்ல, ஒரு கத எப்படி வேணாலும் இருக்கலாம், ஒரு ஹீரோ எப்போ பார்த்தாலும் வில்லன் கூட சண்ட போட்டுக்கிட்டே தான் இருக்கணுமா அப்படியெல்லாம் இல்லேல.

ஒரு கதைய, ஒரு சம்பவத்த வச்சு எழுதலாம், ஒருத்தவங்க வாழ்க்கைய பத்தி எழுதலாம், அவங்க வாழ்க்கைல இருந்த துன்பத்த பத்தி எழுதலாம், தோத்தது பத்தி எழுதலாம், ஜெயிச்சத பத்தி எழுதலாம், அப்படி இல்லனா முழுக்க முழுக்க ஒரு கற்பனையாவே எழுதலாம், இந்த மாதிரி நம்ம எந்த வகைல வேணுனாலும் எழுதலாம் அந்த மாதிரி எழுதற கதைகளோ, புத்தகங்களோ நமக்கு நிறைய விசயங்கள சொல்லிதரும்.

எனக்கும் அதே மாதிரி தான், நான் எழுதுன புத்தகங்களும் எனக்கு நிறைய சொல்லி கொடுத்திருக்கு, அப்படி நான் எழுதுன முக்கியமான புத்தகங்கள் என்னன்னா,

'நீரின் நிழல்',
'டிராகனின் நிழல்',
'பனி காடுகளின் கனவு',
'நவநீதனும் தாத்தாவும் பாகம் 1',
'நவநீதனும் தாத்தாவும் பாகம் 2',
'தி டார்க் நைட்மேர்ஸ் பாகம் 1',
'தி டார்க் நைட்மேர்ஸ் பாகம் 2',
'ஸ்கார்பியனும் அவனின் சாகசங்களும்',
'நிழல் உலகம்',
'நவநீதனும் மாயாவும்',
'சபிக்கப்பட்ட சிறுமியும் சிலந்தியும்',
'யார் அந்த டீமன் கிங்?',

இது எல்லாமே நான் எழுதுன புத்தகங்கள், இது போக *நீரின் நிழல் பாகம் 2, டிராகனின் நிழல் பாகம் 2*, அப்படின்னு சில புத்தகங்களுக்கு பாகம் 2, பாகம் 3 எழுத வேண்டியது இருக்கு, ஆனா எழுத தான் எனக்கு நேரம் இல்ல.

ஒவ்வொரு புத்தகங்களும் எனக்கு ஒவ்வொரு உணர்வ கொடுக்கும், ஒரு புத்தகம் என்ன அழ வைக்கும், ஒரு

புத்தகம் என்ன அமைதிப்படுத்தும், ஒரு புத்தகம் என்ன சிரிக்க வைக்கும், ஒரு புத்தகம் என்ன உத்வேகப்படுத்தும், இப்படி ஒவ்வொரு புத்தகமும் நான் எழுதும் போது ஒவ்வொரு உணர்வ கொடுத்துச்சு, அது மட்டுமில்லாம சில கேரக்டர்கள எழுதும்போது அந்த கேரக்டர்கள் எல்லா என் கூடவே வாழ்ற மாதிரி எனக்கு அப்பப்போ தோணும், சில நேரம் நான் சோகமா இருந்தா கூட அந்த கேரக்டர் பத்தி நினைச்சனா, அந்த சோகங்கள் கூட மறைஞ்சு போயிரும்.

நான் எழுதுன எல்லா கேரக்டரும் எனக்கு பிடிக்கும், அதுல ரொம்ப புடிச்ச கேரக்டர்னா ஆனெக்ஸின், மாயா, ஸ்கார்பியன் தான், அது ஏன் ரொம்ப பிடிச்சிருக்குன்னா, அந்த மூணு கேரக்டர்கிட்ட இருந்தும் நான் நிறைய கத்துக்கிட்டேன்.

'ஆனெக்ஸின் கிட்ட இருந்து ஒரு பிரச்சினைய எப்படி முடிக்கணும், அந்த பிரச்சனைய எப்படி பார்க்குறது, அந்த பிரச்சனைக்கு எப்படி டிசிஷன் எடுக்கிறதுனு நான் கத்துக்கிட்டேன்',

"மாயா கிட்ட இருந்து, எப்படி பொறுமையா இருக்கிறதுனும் அப்புறம் சோகத்தில இருந்தா எப்படி சீக்கிரம் வெளிய வர்றதுனும், ஒருத்தவங்க கஷ்டப்படும் போது அவங்களுக்கு ஹெல்ப் பண்றதும்'னு எல்லாத்தையும் மாயா கிட்ட இருந்து கத்துக்கிட்டேன்",

'ஸ்கார்பியன் கிட்ட இருந்து எப்படி வாழனும்னு, எப்படி போராடனும்னு, எப்படி கூட இருக்கறவங்கள சந்தோஷமா வச்சுக்கணும்னு கத்துக்கிட்டேன்', அதலாம் தாண்டி அந்த கேரக்டர் ரொம்ப வித்தியாசமாவும் இருக்கும்.

ஸ்கார்பியனும், அவன் அப்பாவோட ஃபிரண்டும் பண்ண சாகசங்கள் மறக்கவே முடியாது, இந்த மாதிரி கேரக்டர் எல்லாம் கற்பனையிலேயே மட்டுமே இருகிறது ஒரு விதத்துல நல்லது தான் ஏன்னா நிஜத்துல சில பேர் வருவாங்க, அவங்க கிட்ட நம்ம வாழ்க்கைய மாத்துற அளவுக்கு சக்தி கூட இருக்கலாம் ஆனா அது நல்லதா, கெட்டதா'னு முதல்ல நமக்கு தெரியாது, அது மாறுனதுக்கு அப்புறம் தான் நமக்கே தெரியும்.

அதே மாதிரி சில பேர் மத்தவங்க சொல்லுவாங்கன்னு சொல்லி சில விஷயம் செய்வாங்க, ஆனா நான் அப்படி இல்ல, எனக்கு ஒரு விஷயம் தோணுனா மட்டும்தான் செய்வேன், ஏன்னா அதுல தான் ஒரு முழு ஈடுபாடு இருக்கும்.

அது விட்டுட்டு மத்தவங்க சொல்லுறாங்கன்னு சொல்லிட்டு முழு ஈடுபாடு இல்லாம ஒரு விஷயத்த செஞ்சா அதுல நூறு பர்சன்டேஜ் பாசிடிவ் ரிசல்ட எதிர்பார்க்க முடியாது, இதலாம் நான் ஏன் சொல்லுறனா.... என்கிட்ட நிறைய பேர் வந்து, நான் எழுதுன கற்பன கதைகளையும், புத்தங்களையும் பாராட்டிட்டு, 'நீ பேசாம டைரக்டர் ஆகுனு' சொன்னாங்க, அவங்க சொல்றாங்கன்னு சொல்லி புத்தகத்த எழுதுறத விட்டுட்டு டைரக்டர் ஆனா என்னால சரியா வேல பார்க்க முடியுமா? கண்டிப்பா முடியாது.

என் மனசும் அதுக்கு ஒத்துக்காது, இதே மாதிரி உங்க லைஃப்லையும் நிறைய பேரு வந்து சொல்லுவாங்க, இது பண்ணா நல்லா இருக்கும், அது பண்ணா நல்லா இருக்கும்'னு சொல்லுவாங்க, அது எல்லா பண்ணலாமா வேணாமானு நீங்களே முடிவு பண்ணிக்கோங்க..., கதைக்கும் வாழ்க்கைக்கும் ஒரு வித்தியாசம்தான் இருக்கு, அது என்னன்னா கதையில ஹீரோ ஜெயிச்சுட்ட கத

முடிஞ்சிடும், ஆனா வாழ்க்கைல அப்படி கிடையாது, ஹீரோ ஜெயிச்சாலும்,தோத்தாலும், ஏன் எதுவுமே பண்ணாம சும்மா இருந்தா கூட கத முடியாது, அது தொடர்ந்து போய்கிட்டே இருக்கும், ஏன்னா எப்ப வேணாலும் என்ன வேணாலும் நடக்கலாம்.

அதனால வாழ்க்கைக்கு முற்றுப்புள்ளி வைக்காம தொடர்ந்து ஓடிக்கிட்டே இருங்க, அப்போ தொடர்ந்து ஓடிக்கிட்டே ஜெயிச்சுட்டே இருந்தாதான் வாழ்க்கையானு கேட்டா அது அப்படி இல்ல, உங்களோட லட்சியத்த நீங்க அடஞ்சாலே போதும், அதுதான் வாழ்க்கை.

உங்களுக்கு ஒரு பெட்டிக்கடை மட்டும் தான் வைக்கணும்னு ஆசை இருந்த அத மட்டும் வைங்க, அத விட்டுட்டு டிபார்ட்மெண்ட் ஸ்டோர் வைக்கணும்னு எந்த ஒரு அவசியமும் இல்ல, அதனால உங்களுக்கு என்ன லட்சியமோ அத மட்டும் பண்ணுங்க, அதுல தோக்குறதோ ஜெயிக்கிறதோ பிரச்சன இல்ல.

இவ்வளவு தூரம் நான் சொன்னத நீங்க மறந்தாலும் பரவாயில்ல, ஆனா இப்ப சொல்லுறது மட்டும் மறந்துடாதீங்க, "இந்த வாழ்க்கையில எவ்வளவு தூரம் வேணும்னாலும் ஓடுங்க, எத்தன டைம் வேணுனாலும் ஜெயிச்சுகோங்க, எத்தன டைம் வேணுனாலும் தோத்துகோங்க, ஆனா இந்த வாழ்க்கைய ரசிச்சு வாழுறது மட்டும் மறந்துடாதீங்க".

உங்களால வாழ்க்கைய ரசிச்சு வாழ முடியலன்னா ஒரு கதைய நல்லா ரசிச்சு படிங்க, இல்லனா ரசிக்கிற மாதிரி இருக்குற ஒரு கதைய எழுதுங்க, ஏன்னா கதைகள் சில நேரம் நம்ம வாழ்க்கைய கூட மாத்தலாம்.

அத்தியாயம் ஐந்து : கதைகள்

கதைகள் இதுதான் என்னுடைய அடையாளம், நான் ஒரு கதாசிரியராகவும், ஒரு எழுத்தாளராகவும், இருக்கறதுனால தான், என்னய சில பேரு பார்க்கும் போதெல்லாம் என்கிட்ட வந்து கத கேட்கறாங்க, ஏன்னா எங்கிட்ட வந்து யார் கத கேட்டாலும் நான் உடனே சொல்லிடுவேன்.

நிறைய பேருக்கு என்னோட பேரு தெரியாது, ஆனா நான் கத சொல்லுறது மட்டும் அவங்களுக்கு நல்லா தெரியும், அதே மாதிரி தான் நீங்களும் உங்களுக்கும் என்னோட பேர் தெரியுமா, தெரியாதானு எனக்கு தெரியாது, இருந்தாலும் உங்களுக்கு ஒரு மூணு கத சொல்லுறேன், ஏன்னா இன்னும் ரெண்டு நாள்ல எனக்கு என்ன வேணாலும் நடக்கலாம் அதனால இப்பவே உங்ககிட்ட கதைய சொல்லிடுறேன்.

1) கடைசி தீக்குச்சி:

நான் இப்ப சொல்லுறது ஒரு ஜப்பானிய கதை, இது நான் சின்ன வயசுல இருக்கும்போது கேட்டது..,

அது ஒரு 'ஷோகட்ஸு காலம்' அப்படின்னா 'ஜாப்பனீஸ்ல புத்தாண்டுனு' அர்த்தம், அதே சமயத்துல அங்க பனிப்பொழிவும் நடக்கும். கிராமத்தில இருக்க எல்லாருமே சோகட்ஸு அதாவது புத்தாண்ட நினச்சு ரொம்பவே சந்தோஷமா இருந்தாங்க, ஆனா அதுல ஒருத்தவங்கள தவிர, அது ஒரு சின்ன பொண்ணு, எல்லாருமே அந்த வயசுல சந்தோஷமா விளையாடிட்டு இருக்கும்போது அந்த பொண்ணு மட்டும் அவங்க அம்மாவ இழந்து வேலைக்கு போயிட்டு இருந்தா.

அதுக்கு முழு காரணமும் அவங்க அப்பா தான், மனைவி உயிரோடு இருக்கு போதுலாம் மனைவிய வேலைக்கு அனுப்பிட்டு இவன் மட்டும் தினமும் வீட்ல உக்காந்து எப்பப் பார்த்தாலும் குடிச்சிட்டுடே இருந்தான்.

ஒரு கட்டத்துல மனைவி இறந்ததுக்கு அப்புறம் தன்னோட மகள வேலைக்கு அனுப்பிட்டு இவன் வீட்ல உக்காந்து திரும்பவும் குடிக்க ஆரம்பிச்சான், அவளுக்கும் வேற வழியில்லாம வேலைக்கு போய் சம்பாதிச்ச மொத்த பணத்துல கொஞ்சமா சாப்பாட்டுக்கு மட்டும் பணத்த எடுத்துட்டு மீதி பணத்த அவங்க அப்பாகிட்ட கொடுத்துடுவா.

தினமும் வேலைய முடிச்சிட்டு ஒரு நதி வழியா தான் எப்பயும் அவ நடந்து வருவா, என்னதான் தன்னோட வாழ்க்கையில அவ்ளோ கஷ்டம் இருந்தாலும் அவ அந்த நதிகிட்ட வந்து, அங்கு ஒரு அஞ்சு நிமிஷம் உட்காந்து அவங்க அம்மாவ பத்தி நினைக்கும் போதுலாம் எல்லா கஷ்டங்களும் அவளுக்கு கொஞ்ச நேரம் மறஞ்சு போய்டும்.

இப்படியே பல மாசங்கள் போச்சு, ஒரு சமயத்துல அவங்க அப்பா இவ சம்பாதிச்ச பணத்த மட்டுமில்லாம, சாப்பாட்டுக்கும் எடுத்து வச்ச பணத்தையும் எடுத்து செலவு பண்ணிட்டாரு, அதனால அதிக நாள் சரியா சாப்பிடாமலும், உடம்பு சரியில்லாமலும் இருந்தா.

அவ கிராமத்தில இருக்குற எல்லாருமே சந்தோசமா புத்தாண்ட கொண்டாடிட்டு இருக்கும் போது, அந்த பொண்ணு மட்டும் வலியில துடிச்சிட்டு இருந்தாள், அப்ப கூட அந்த பொண்ணு மேல இரக்கம் காட்டாம பணம்

எங்கன்னு கேட்டு அவங்க அப்பா தொந்தரவு பண்ணிட்டு இருந்தாரு.

அந்த பொண்ணு கிட்டயும் சுத்தமா காசு இல்லாதனால, அந்த பொண்ணுனால எதுவுமே கொடுக்க முடியல, அதுக்கு அவங்க அப்பா ரொம்ப கோவபட்டு நிறைய தீப்பெட்டிகள கொடுத்து

“போய் இதெல்லாம் வித்துட்டு வானு” சொன்னாரு.

உடம்பு சரியில்லாதனால முதல்ல என்னால போக முடியாதுன்னு தான்
சொன்னா,

“நீ போறியா இல்ல அடிக்கவா”

அப்படின்னு அவங்க அப்பா மிரட்டுனதுனால இவளும் பயந்துட்டு வேற வழி இல்லாம சரி போறேன்னு சொல்லி அந்த தீப்பெட்டிகள எடுத்துட்டு போய் விக்க ஆரம்பிச்சா, அது பனிக்காலம்னால அவளால அதிகமான குளிர தாங்க முடியல, இருந்தாலும் ரொம்ப கஷ்டப்பட்டு ஒவ்வொரு தீப்பெட்டிய விக்க ஆரம்பிச்சா, அவ கொண்டு வந்த தீப்பெட்டிகள்ல ஒன்ன தவிர மீதி எல்லாத்தையும் வித்துட்டா.

ஆனா, அவளால அந்த கடைசி தீப்பட்டியை மட்டும் ரொம்ப நேரமா முயற்சி பண்ணியும் விக்க முடியல, ஒரு கட்டத்துக்கு மேல அதிகமான குளிர் தாங்காம வீட்டுக்கே போலாம்னு முடிவு பண்ணிட்டா, அப்படி போகும் போது அவகிட்ட இருந்த அந்த கடைசி தீப்பெட்டில இருக்கிற தீக்குச்சிகள பத்த வச்சு குளிர் காஞ்சிட்டு இருந்தா.

ஒவ்வொரு குச்சிய பத்த வைக்கும் போதும் அவ ஆசைபட்ட விஷயங்கள நினச்சு நினச்சு பார்த்தா, அப்போ ஒவ்வொரு குச்சியும் முடிஞ்சுகிட்டே இருந்துச்சு, ஆனா அவ ஆசைப்பட்டது மட்டும் எதுவுமே நடக்கல அது நடக்காதுன்னு அவளுக்கும் தெரியும்.

கடைசியா இன்னும் ஒரே ஒரு தீக்குச்சி மட்டும் இருக்கு, அதே நேரத்துல அவ நடந்துக்கிட்டே அந்த நதிகிட்டயும் வந்துட்டா, அந்த நதிக்கு பக்கத்துல உக்காந்து அந்த கடைசி தீக்குச்சிய பத்த வச்சுட்டு ஒரு ஆசையை தன்னோட மனசுக்குள்ள நினச்சா, அந்த கடைசி தீக்குச்சி மட்டும் ரொம்ப பிரகாசமா எரிஞ்சுச்சு அதப் பார்த்து அவ சிரிச்சா அவ சிரிச்சதும் அந்த தீக்குச்சி அணஞ்சிருச்சு.

அதே, சமயத்துல அதிகமான குளிர் தாங்க முடியாதனால அவளும் அங்கேயே இறந்துட்டா.., இதுக்கு முன்னாடி அவ நினச்ச எந்த ஆசையுமே நிறைவேறல, ஆனா அவ அந்த கடைசி தீக்குச்சிய எரிக்கும் போது அவ நினச்ச ஆசை மட்டும் நினைவேறுச்சு, அவ கடைசிய ஆசைப்பட்டது என்னன்னா.., அவங்க அம்மாவ பார்க்கணும்னு தான் ஆசைப்பட்டாள்.

2) டிராகன்கள்:

அது ஒரு டிராகன் உலகம், அந்த உலகத்துல டிராகன்கள் தான் முதன்மையானது, மத்த உயிரினங்கள் அதுக்கு கீழதான் இருக்கும்.

அப்போ அந்த உலகத்துக்கு காலத்தால கூட அழிக்க முடியாத அள்வுக்கு ஒரு மிகப்பெரிய சக்தி வாய்ந்த அரக்கன் வந்தான் இல்ல அசுரன் வந்தான் இல்ல அது என்னன்னு சரியா எனக்கு சொல்ல தெரியல, அவன் அசுரனா, அரக்கனா, இல்ல வேற ஏதாவதுதானு சரியா

தெரியல, ஆனா அவன் பார்க்குறதுக்கு மிக பிரம்மாண்டமா இருந்தான்.

அந்த அரக்கன், டிராகன் உலகத்துல இருக்குற ஒரு முக்கியமான சக்திய எடுக்க வந்தான், ஆனா அந்த சக்திய எடுக்க விடாம எல்லா டிராகனும் தடுத்துச்சு, அதுல கோவமான அவன் அங்க இருந்த ரெண்டு பலசாலியான டிராகன்கள அழிச்சிட்டும் அந்த ரெண்டு டிராகன்கள் கிட்ட இருந்த சக்திகள எடுத்துட்டும், அவன் அங்கு இருந்து தப்பிச்சு போயிட்டான்.

சில மாதங்களுக்குப் பிறகு.....

ஒரு செயல்படாத எரிமலைல ஒரு பச்ச நிற டிராகன் வாழ்ந்துட்டு இருக்கு, அது ரொம்ப கோவமாவும் பார்க்குற எல்லா உயிரினங்களையும் அழிச்சிட்டும் இருக்கு, அதே மாதிரி ஒரு ஊதா நிற டிராகனும் அந்த மலையில் உள்ள இன்னொரு முனையில வாழ்ந்துட்டு இருக்கு, அதுக்கு பசிக்கும்போது மட்டும்தான் மத்த உயிரினத்த வேட்டையாடும்.

இந்த ஊதா நிற டிராகனுக்கும் பச்ச நிற டிராகனுக்கும் எப்போ பார்த்தாலும் சண்ட நடந்துகிட்டே இருக்கும், அந்த ரெண்டு டிராகனுக்குமே பழி வாங்குற எண்ணம் ரொம்ப அதிகமா இருக்கும்.

என்னதான் ரொம்ப காலமா அந்த ரெண்டு டிராகன்களும் மாத்தி மாத்தி சண்டை போட்டுடே இருந்தாலும், இதுங்க ரெண்டும் ஒருத்தருக்கு ஒருத்தர் சாகுற அளவுக்கு சண்ட போட்டதில்ல, ஏன்னா ரெண்டு டிராகன்கள் கிட்டயுமே எந்த சக்தியும் இல்ல, அதுக்கு முழு காரணமும் அந்த அரக்கன் தான், அவனால தான் இந்த ரெண்டு டிராகனுக்குமே சக்திகள் போச்சு.

அது எப்படினா அந்த அரக்கன் முதல்ல அந்த டிராகன்களோட அப்பா, அம்மாவ கொன்னுட்டு அவங்க கிட்ட இருந்த சக்திகள எடுத்துட்டான், அதோட விடாம இந்த சின்ன டிராகன்களா இருந்த பச்ச நிற டிராகன் கிட்ட யும், ஊதா நிற டிராகன் கிட்டயும் இருந்தும் சக்திகள எடுத்துட்டான்.

அதனால எந்த சக்தியுமே இல்லாம இருந்த இந்த ரெண்டு டிராகன்களையுமே, அங்க இருக்குற மத்த டிராகன்கள் மதிக்கல, அப்படியே கண்டுக்காம விட்டுட்டாங்க, அந்த ரெண்டு டிராகன்களுமே ரொம்ப தனிமையாக்கப்பட்டனால அங்க இருந்து கிளம்பி அந்த எரிமலை கிட்ட போயிட்டாங்க.

அந்த ஊதா நிற டிராகனுக்கு தன் அப்பா, அம்மா டிராகன்கள கொன்ன அந்த அரக்கன்ன எப்படியாவது அழிக்கணும்னு தினமும் நினச்சுக்கிட்டே இருந்துச்சு, அதே மாதிரி அந்த பச்ச நிற டிராகனுக்கும் தான் அப்பா, அம்மா இறந்ததுக்கு அப்புறமும் இவங்களோட சக்திகள் போனதுக்கப்புறமும், தங்கள ஒதுக்கி வச்ச எல்லா டிராகன்களையும் மொத்தமா அழிக்கணும்னு நினச்சிட்டு இருந்துச்சு.

இப்படி அந்த ரெண்டு டிராகன்களும் தங்களோட பழி வாங்குற எண்ணத்துக்காக, தினமும் சண்ட போட்டும், பயிற்சிகள் பண்ணியும் பலசாலிகளா மாறிட்டு இருந்தாங்க, அதே சமயத்தில டிராகனின் முன்னோர்கள் கிட்ட இருந்து திரும்ப அவங்களோட சக்திகள் வர்றதுக்காக தினமும் கடுமையா முயற்சி பண்ணிக்கிட்டே இருந்தாங்க.

இப்படியே பல நாட்கள் முயற்சி பண்ணிக்கிட்டே இருந்தாங்க, ஆனா சக்திகள் ஏதும் கிடைக்கல, கொஞ்ச

நாளுக்கு அப்புறம் அந்த ஊதா நிற டிராகனுக்கு மட்டும் சக்தி கிடைச்சிருச்சு, உடனே பச்ச நிற டிராகன், ஊதா நிற டிராகன் கிட்ட வந்து

“எப்படி உனக்கு மட்டும் சக்தி கிடைச்சிருச்சுன்னு" கேட்டுச்சு.

நான் உன்கிட்ட முன்னாடியே நிறைய தடவ சொல்லிருக்கேன்ல, நம்ம நோக்கம் சரியா இருந்துச்சுனா நமக்கு தேவையானது எல்லாமே சீக்கிரமா கிடைக்கும்'னு, அதனால தான் எனக்கு சீக்கிரமா கிடைச்சிடுச்சு, உனக்கு கிடைக்காம இருக்கு,

“என்னோட நோக்கத்துல என்ன தப்பு இருக்கு, நம்மல கைவிட்டவங்கள தானே அழிக்கணும்னு நினைக்கிறேன் அதுல என்ன தப்பு?"

நீ நம்ம இனத்தையே அழிக்கணும்னு ஆசைப்படுற, அது ரொம்ப பெரிய தப்பு, அது மட்டுமில்லாம நம்ம இனத்த அழிக்க நினச்ச ஒருத்தன நீ அழிக்காம உனக்கு உதவி செய்யாம, கண்டுக்காம விட்டவங்கள அழிக்கணும்னு நினைக்கிறது ரொம்ப பெரிய தப்பு தான்.

“நான் ஒன்னும் அப்படி நினைக்கல, அவங்க நினைச்சிருந்தா நம்ம அப்பா, அம்மாவ காப்பாத்தி இருக்கலாம், நம்மளயும் பாதுகாத்து இருக்கலாம், இது எல்லாமே அவங்க கடம தான, ஆனா அவங்க அத எதையுமே பண்ணாம சும்மா தானே இருந்தாங்க?”

நீ சொல்லுறது சரிதான், ஆனா நீ எடுத்த முடிவு ரொம்பவே தப்பு, ஏன்னா இதுக்கெல்லாம் முக்கியமான காரணம் அந்த அரக்கன் தான், அவன் இல்லாம இது எதுவுமே நடந்திருக்காது, நான் சொல்லுறத நீ தெளிவா புரிஞ்சுக்கோ

உனக்கு நடந்தது எல்லாமே எனக்கும் நடந்திருக்கு. சின்ன வயசுல ரெண்டு பேருமே ஒரே பாதைல தான் பயணிச்சிட்டு இருந்தோம், ஆனா இப்ப ரெண்டு பேருக்குமே வேற வேற பாதை உருவாகிடுச்சு. திரும்பவும் நம்ம ஒன்னா சேர்ந்தாதான் அந்த அரக்கன நம்மளால மொத்தமா அழிக்க முடியும், அதனால நீ என் பக்கம் சேர்ந்துரு நம்ம அப்பா, அம்மாவ கொன்ன அந்த அரக்கன அழிச்சிடலாம், அதே சமயத்துல திரும்ப உனக்கும் உன்னோட சக்தியும் கிடைச்சுரும்.

“நீ சொல்லுறது இப்பதான் எனக்கு புரியுது, இத்தன நாள் நான் முட்டாள்தனமா வேற பாதைல போயிட்டு இருந்தேன், ஆனா இனிமே அந்த மாதிரி எல்லாம் நடக்காது".

நானும் இதே தான் உனக்கு ரொம்ப நாளா புரிய வைக்கணும்னு நினச்சுட்டு இருந்தேன், ஆனா ஒரு வழியா நீயே எப்படியோ இத புரிஞ்சுகிட்ட.

"நம்ம அப்பா சின்ன வயசுல நம்மகிட்ட சொன்ன ஒரு விஷயம் இப்பதான் எனக்கு ஞாபகம் வருது, அது என்னன்னா “ஹீரோவோ, வில்லனோ அது யாராயிருந்தாலும் அவங்களோட கடந்து வந்த பாத ரொம்ப மோசமானதா இருக்கும், வலிகள் நிறைஞ்சதா இருக்கும், நிறைய விஷயங்கள் இழந்திருப்பாங்க, ஆனா இந்த பாதைகள்ல இருந்து சரியான பாதைக்கு போறவங்க ஹீரோ ஆகுறாங்க, தப்பான பாதைக்கு போறவங்க வில்லன் ஆகுறாங்க".

ஆமா நீ சொல்றது சரிதான், ஹீரோவோ, வில்லனோ யாராயிருந்தாலும் அவங்களோட கடந்து வந்த பாத ஒரே மாதிரி தான் இருக்கும், அதுல இருந்து முடிவு எடுக்கறதுல தான் அவங்க வாழ்க்க மாறுபடும்.

3) நானும் சிலந்தியும்:

"நாளைக்கு நான் வரும்போது, நீங்க எல்லாரும் எனக்கு கொடுக்க வேண்டிய பணத்தையும், பொருளையும் மொத்தமா கொடுத்துறணும், இல்லனா நாளைக்கு உங்க கிராமத்தில இருக்க எல்லா குழந்தையும் நான் தூக்கிட்டு போயிடுவேன், இதுதான் உங்க எல்லாருக்கும் நான் கொடுக்கிற கடைசி எச்சரிக்க",

அப்படின்னு சொல்லிட்டு அந்த கொள்ள அடிக்கிற கூட்டம் அங்கிருந்து கிளம்பிட்டாங்க, அதுக்கு அப்புறம் அந்த கிராமத்துல இருக்க மக்கள்கிட்ட நான் போய்,

நான் வேணும்னா உங்களுக்கு உதவி பண்ணட்டா? நீங்க சொன்னீங்கன்னா நாளைக்கு அந்த கொள்ளக்காரன் கூட்டத்த நானே பார்த்துக்குறேன். இனிமே நீங்க வாழ்க்க முழுவதும் யாருக்கும் பணம் கொடுக்க அவசியம் இருக்காது,

‘யாருக்கு வேணும் உன்னோட உதவி, நீ பேசாம இங்கே இருந்து போயிடு அதுதான் உனக்கும் நல்லது'.

நான் சொல்லுறத ஒரு நிமிஷம் தயவு செஞ்சு கேளுங்க.

‘ஒரு சபிக்கப்பட்ட பொண்ணு'லாம் சொன்னா நாங்க கேக்க மாட்டோம், முதல்ல நீ கிராமத்த விட்டு வெளியே போ'.

நான் உங்களுக்கு உதவி பண்ண தான் வந்திருக்கேன், அத ஏன் நீங்க புரிஞ்சுக்க மாட்டேங்கறீங்க?

'ஆரம்பத்துல உன்னோட அப்பாவும், அம்மாவும் இதே மாதிரி தான் எங்களுக்கு உதவி பண்ணுறேன்னு சொல்லி இந்த கிராமத்துக்கு வந்தாங்க, இப்ப அவங்கனால தான் இந்த கிராமமும் நாசமா போச்சு'.

"ஆமா, அவர் சொல்லுறது சரிதான் அதனால தான் உன்னோட அப்பாவும் அம்மாவும் செத்தாங்க. நீ ஒரு சின்ன பொண்ணுகுறதுனால தான் உன்ன சும்மா விட்டு வச்சு இருக்கிறோம், அதனால நீ பேசமா திரும்ப உன் காட்டுக்கே போயிரு".

தயவு செஞ்சு புரிஞ்சுக்கோங்க நான் ஒன்னும் என் அப்பா, அம்மா மாதிரி இல்ல.

அப்படின்னு சொல்லிட்டு நான் திரும்பி என் காட்டுக்கு போனேன், அப்போ கூட்டத்தில ஒரு சின்ன பொண்ணு எனக்கு ஆதரவா பேசினா.

'இந்த ஒருமுற மட்டும் இவள நம்பலாம் அப்பயும் இவ நம்மள ஏமாத்திட்டானா, இவள இந்த காட்ட விட்டு துரத்தி விட்ரலாம்',

ஆனா அப்ப கூட அந்த கிராம மக்கள் என்ன நம்பல, இருந்தாலும் ஒரு சின்ன பொண்ணு முத முறையா என்ன நம்புச்சு. இந்த மக்கள் என்னய வெறுக்குறதுக்கு முக்கியமான காரணமே என்னோட அப்பா, அம்மா தான். அவங்களோட சுயநலத்துக்காக இந்த கிராமத்தையே நாசம் பண்ணிட்டாங்க. எங்க அப்பா, அம்மா உயிரோடு இருக்கும்போது நானும் மோசமானவளா தான் இருந்தேன், ஆனா அவங்க என்ன விட்டு போனதுக்கு அப்புறம் தான் நல்லது எது கெட்டது எதுன்னு புரிஞ்சுகிட்டேன்.

அவங்க பண்ண பாவங்களால எனக்கு சாபமும் கிடைச்சிருக்கு, அதனால தான் நான் தனிமையாக்கவும் பட்டேன், அந்த தனிமை தான் எனக்கு நிறைய விஷயங்கள கத்து கொடுத்துச்சு, அதுல முக்கியமான ஒன்னு 'எல்லா உயிரினங்களையும் மதிக்கணும்'.
அதுக்காகத்தான், அந்த கிராம மக்களுக்கு நான் உதவி செய்ய ஆசைப்பட்டேன், ஆனாலும் அந்த கிராம மக்கள் என்னய சுத்தமா நம்பல.

அடுத்த நாள் அந்த கொள்ளக்காரங்க திரும்பவும் அந்த கிராமத்துக்கு வந்தாங்க, ஆனா இந்த முறையும் அந்த கிராம மக்கள் பணத்த முழுசா தயார் செய்யல, அதனால நான் அங்க போனே, என்னோட சிலந்திகள வச்சு அந்த கொள்ளக்காரன்களுக்கு ஆட்டம் காமிச்சேன்.

என்ன உங்களுக்கு எங்க மேல இருந்த பயம் போச்சா.

'அப்படி எல்லாம் இல்லைங்க'.

அப்புறம் எதுக்குடா இந்த சிலந்திகள வச்சு எங்ககிட்ட விளையாட்டு காட்டுறீங்க.

'எங்களுக்கும் இதுக்கும் எந்த சம்பந்தமும் இல்லைங்க, இதெல்லாம் அந்த லூசு பொண்ணோட வேலை தான், அவளுக்கு தான் இந்த சிலந்திகள கட்டுப்படுத்துற சக்தி இருக்கு'.

அவ யாரா இருந்தாலும் பரவால்ல உடனே அவள நிப்பாட்ட சொல்லு இல்லனா நான் அவள கொன்றுவேன்.

'அவளுக்கும் எங்களுக்கும் எந்த சம்பந்தமும் இல்ல, நீங்க அவள என்ன வேணும்னாலும் செஞ்சிக்கோங்க'.

அப்படின்னு சொல்லிட்டு கிராம மக்கள் பின்வாங்க ஆரம்பிச்சாங்க, அப்போ நான் உடனே அந்த கொள்ளக்காரங்க முன்னாடி போய் நின்னு,

'நான் தான் அந்த பொண்ணு முடிஞ்சா என்ன கொல்லு பார்க்கலாம்'.

அப்படின்னு சொன்னதும் அந்த கொள்ளைக்கார கும்பல் என்னய நோக்கி வேகமா தாக்க வந்தாங்க, நான் உடனே என்னோட சிலந்திகள வச்சு தாக்க ஆரம்பிச்சேன்.

அதுக்கு அப்புறம் அவங்கள ஒரு அடி கூட எடுத்து வைக்க முடியல, அப்போ அங்க இருந்த பத்து பேருக்கும் நான் ஒரு வாய்ப்பு தரலாம்னு முடிவு பண்ணேன்.

'உங்க எல்லாத்துக்கும் ஒரு வாய்ப்பு தரேன் நீங்க இப்பவே திருந்திக்கிட்டீங்கன்னா நீங்க உயிரோட இங்க இருந்து போகலாம், இல்லனா அது ரொம்ப கஷ்டம்'.

அப்படின்னு நான் சொன்னதுக்கு அந்த பத்து பேரும் சரின்னு சொன்னாங்க, ஆனா அதுல மூணு பேரு மட்டும் அவங்க மனசுக்குள்ள,

"நீ முதல்ல எங்கள உயிரோடு விடு, அதுக்கு அப்புறம் நீ உயிரோடு இருக்கியான்னு பார்க்கலாம்".

அப்படின்னு நினைச்சாங்க, அதனால அந்த மூணு பேரையுமே நான் அப்பவே கொன்னுட்டேன்.

'இதுக்கு மேல யாராச்சும் திருந்த மாட்டேன்னு சொல்லுவீங்களா?'

அப்படின்னு நான் கேட்டதும் மீதி இருந்த எல்லாருமே பயந்துகிட்டு சரின்னு சொல்லி அங்க இருந்து ஓடிட்டாங்க, அதுக்கப்புறம் தான் அந்த மக்களுக்கு நிம்மதி வந்துச்சு. இதுக்கப்புறம் அந்த மக்கள் யாருக்குமே பணம் கொடுக்கணும்னு எந்த ஒரு அவசியமும் இல்ல.

இதுக்கப்புறம் அந்த மக்கள் என்ன ஏத்துப்பாங்கன்னு நினச்சு நான் அந்த கிராமத்துக்குள்ள போனேன்.

''நீ எதுக்கு திரும்பவும் ஊருக்குள்ள வந்த''.

'இனிமே அந்த கொள்ளகாரங்க திரும்ப ஊருக்குள்ள வர மாட்டாங்க அத சொல்ல தான் வந்தேன்'.

''நீ ஒரே ஒரு நல்லது செஞ்சதுனால உன்ன ஏத்துப்போம்னு கனவுல கூட எதிர்பார்க்காத''.

'எனக்கும் தெரியும், நான் என்ன பண்ணாலும் நீங்க என்னை ஏத்துக்க மாட்டீங்கன்னு, அதுக்காக நான் ஒன்னும் உதவி பண்ணல, எனக்கு உதவி பண்ணனும்னு தோணுச்சு அதனாலதான் நான் பண்ணேன்', அப்படின்னு சொல்லிட்டு நான் திரும்பவும் காட்டுக்கு போய்கிட்டு இருந்தேன், அப்போ என்னோட சிலந்தி நண்பன் என்கிட்ட வந்து

நீ எதுக்கு அவங்களுக்கு உதவி பண்ணுற, அதான் உன்னய அவங்க வெறுக்கிறாங்களே அப்புறம் ஏன்?

'அவங்க என்னய மதிக்கணும், என்னய நம்பனும்னு சொல்லி நான் ஒன்னும் உதவி பண்ணல, எனக்கு அவங்களுக்கு உதவி பண்ண புடிச்சிருக்கு அதனால பண்ணேன். என்னதான் அவங்களுக்கு என்னய புடிக்காம இருந்தாலும், நான் பண்ண உதவினால அவங்க சந்தோசமா தானே இருக்கிறாங்க, அது போதும் எனக்கு.

அப்புறம் ஒரு முக்கியமான விஷயம் என்னன்னா ஒருத்தவங்க நம்மால காயப்படுத்துறாங்கன்னா நாமளும் திருப்பி அவங்கள காயப்படுத்தனும்னு எந்த ஒரு அவசியமும் இல்ல, அது மட்டுமில்லாம ஒரு நல்ல விஷயத்த யாரும் சொன்னாலும், சொல்லாம இருந்தாலும் அது உண்மையாவே நல்லதா இருந்தா மட்டும், அத தாராளமா பண்ணலாம், எந்த ஒரு தப்பும் இல்ல'.

இந்த மூணு கதைகளயும் தான் நான் உங்ககிட்ட லாஸ்ட்டா சொல்லணும்னு இருந்தேன், இந்த மூணு கதையும் உங்களுக்கு சுவாரசியமா இருந்திருக்கலாம், இல்லாமலும் போயிருக்கலாம், ஆனா நான் சொன்னதுக்கு காரணம் என்னன்னா இந்த மூணு கதைகள நான் யார்கிட்டயுமே சொன்னது இல்ல, அதனாலதான் நான் உங்ககிட்ட சொன்னேன்.

என்கிட்ட இன்னும் நிறைய கதைகள் இருக்கு, ஆனா அத சொல்ல தான் நேரம் இல்ல, சொல்லப்போனா இந்த மூணு கதைகளுமே இன்னும் முடியல, ஆனா அந்த கதைக்கான முடிவு இப்ப உங்களுக்கு தேவைப்படாதுன்னு நினைக்கிறேன். நான் மேல சொன்ன மூணு கதைகளிலும் சொல்ல வர விஷயத்த புரிஞ்சுக்காம, சில பேர் அது நல்லா இருக்கா, நல்லா இல்லையா'னு மட்டும் பார்த்துட்டு ஈஸியா கடந்து போயிருப்பாங்க.., அதே மாதிரி தான் வாழ்க்கையிலும் சில மனிதர்களையும், சில விஷயத்தையும் நம்ம புரிஞ்சுக்காம சும்மா கடந்து மட்டும் போயிருப்போம்.....

அத்தியாயம் ஆறு : கனவுகள்

இந்த அஞ்சு நாளா, நான் சொன்னதெல்லாம் உங்களுக்கு புடிச்சி இருக்கலாம் இல்ல பிடிக்காம இருந்திருக்கலாம், அது உங்களுக்கு கனெக்ட் ஆகிருக்கலாம், இல்லனா கனெக்ட் ஆகாம கூட இருந்திருக்கலாம், ஆனா அதெல்லாம் நான் ஏன் உங்ககிட்ட சொன்னேனா.... அது எனக்கே சரியா தெரியல, இருந்தாலும் எனக்கு சொல்ல தோணுச்சு, அதுல சில விஷயங்கள் சுவாரசியங்களா இல்லாம கூட இருந்திருக்கலாம், ஆனா அதுக்காக நடந்தத மாத்தி சொல்ல முடியாதுல, அது மட்டுமில்லாம என் வாழ்க்க நாளையோட முடியப் போகுதுன்னு தோணுது

உன்னோட வாழ்க்க முடியப் போகுதுன்னு உனக்கு மட்டும் எப்படி தெரியும்னு நீங்க கேக்குறது எனக்கு புரியுது, அதுக்கு முழு காரணமும் அந்த மூணு சம்பவங்கள் தான்

1) முதல் சம்பவம்:

ஒரு அமைதியான பாலைவனம், அதே நேரத்தில அது ரொம்ப ஆபத்தாவும் இருக்கு, எனக்கு நல்லா
தண்ணி தாகம் எடுக்குது, ஆனா என்ன சுத்தி எங்கேயுமே தண்ணி இல்ல ரொம்ப சோர்வாகவும் இருக்கு, ஏன்னா இப்பதான் அந்த எலும்புண்ணி
கழுகு கிட்ட நான் சண்ட போட்டு வந்திருக்கேன்.

உடம்புல வேற நிறைய இடத்துல காயம் பட்டுருக்கு, அந்த வலியும், வெயில் ஓட தாக்கமும், இந்த மணலோட சூடும்,

இதுபோக பசி மற்றும் தாகமும் என்ன போட்டு ரொம்பவே பாடப்படுத்துது.

என்னால அதுக்கப்புறம் ஒரு அடி கூட எடுத்து வச்சு நகர முடியல, நான் அங்கேயே மயங்கி விழுந்துட்டேன், அப்போ திடீர்னு வானத்திலிருந்து பல பெரிய எலும்புண்ணி கழுகுகள் பறந்து வந்துச்சு.

அது நேரா என்னைய தாக்க தான் வந்துச்சு, ஆனா அது கூட என்னால உணர முடியாம நான் மயக்கத்துல இருந்தேன்.

கண்ணு திறந்து பார்த்ததால, அது என்ன நோக்கி தான் வருதுன்னு நான் புரிஞ்சுகிட்டேன், அந்த எலும்புண்ணி கழுகு என்கிட்ட வந்து, அதோட கூர்மையான நகத்தையும், வாயையும் வச்சு என்ன பிச்சு தின்ன ஆரம்பிச்சிடுச்சு.

என்னதான் என் உடம்புல தெம்பு இல்லாட்டியும் நான் திரும்பவும் எந்திரிச்சு, என் கையில் இருந்த ஈட்டிய வச்சு அது கூட சண்ட போட்டேன். அதுவும் பறந்து பறந்து திருப்பி என்ன தாக்க ஆரம்பிச்சுச்சு, ரொம்ப நேரமா சண்ட போயிட்டு இருந்துச்சு அதனால மறுபடியும் என் உடம்புல அதிகமான இடத்துல காயமாகி ரத்தம் வந்துச்சு, ஒரு கட்டத்துக்கு மேல என்னால முடியல நான் கீழே விழுந்துட்டேன்.

நான் கீழ விழுந்ததும் அந்த எலும்புண்ணி கழுகு என் உடம்ப குத்தி கொன்னுட்டு இருந்துச்சு, இதுக்கு மேல என்னால ஒன்னுமே பண்ண முடியாது.

நான் தோத்துட்டேன், நான் சாகப்போறேன், அப்படின்னு நினச்சுட்டு இருக்கும் போது என் மூஞ்சில ஒரு செய்தித்தாள் நேரா பறந்து வந்து விழுந்துச்சு, அதுல

“லூம்ஃபா தீவில வெள்ள ஓநாய் கூட்டம் அந்த ஏழு சக்தியில நாலாவது சக்திய கண்டுபுடிச்சுட்டாங்க" அப்படின்னு இருந்துச்சு, அப்புறம் தேதி ”செப்டம்பர் 7"னு இருந்துச்சு, அத நான் படிச்சதும் அந்த எலும்புண்ணி கழுகு காகிதத்த கிழிச்சு என்னோட கண்ண பிச்சு எடுத்துருச்சு.

2) இரண்டாவது சம்பவம்:

நான் ஒரு பிளாக் டிரெயின்ல டிக்கெட் எடுத்துட்டு ஏறுனேன், நான் ஏறுன கம்பார்ட்மெண்ட்ல “நாப்பது சீட்டு” இருந்துச்சு, ஆனா அதுல வெறும் ”பதினஞ்சு பேர் மட்டும்” இருந்தாங்க.

அப்போ ஒருத்தரு என் பக்கத்துல வந்து உக்காந்தாரு நான் அவர்கிட்ட டைம் என்னன்னு கேட்டேன். “மணி ஏழு ஆகுது"னு சொன்னாரு, திரும்ப அவர் என்கிட்ட “இன்னைக்கு தேதி என்னன்னு" கேட்டாரு, நான் தெரியாதுன்னு சொன்னதும், எனக்கு ஆப்போசிட்ல இருந்தவரு செப்டம்பர் 7 சொன்னாரு.

“செப்டம்பர் 7லா" இது எங்கேயோ நான் கேட்ட மாதிரியே இருக்குன்னு எனக்கு ஃபீல் ஆச்சு, கொஞ்ச நேரத்துல ட்ரெயின் ஸ்டார்ட் ஆகிடுச்சு.

நான் இதுக்கு முன்னாடி எத்தனையோ வாட்டி டிரெயின்ல போயிருக்கேன், ஆனா இது ரொம்பவே வித்தியாசமாவும், புதுசாவும் ஃபீல் ஆச்சு, அடுத்த ஸ்டேஷன்ல ஒரு அம்மாவும் ஒரு சின்ன குழந்தையும் ஏறுனாங்க, அந்த குழந்த பார்க்குறதுக்கு ரொம்ப க்யூட்டா இருந்துச்சு, நான் அந்த குழந்தைய பார்த்து சிரிச்சேன், அதுக்கு அந்த குழந்தை என்ன பார்த்து திரும்ப சிரிச்சதும் உடனே அவங்க அம்மா அந்த குழந்தைய என்கிட்ட கொடுத்துட்டாங்க.

அந்த குழந்தையும் என் கூட விளையாட ஆரம்பிச்சுச்சு, அதே சமயத்துல ஒரு ஒரு ஸ்டாப் வரும்போதும் ஒவ்வொருத்தரா இறங்கிட்டு இருந்தாங்க. அப்படியே சில ஸ்டாப் போனதும் எல்லாருமே இறங்கிட்டாங்க.

அதனால அந்த குழந்தையோட அம்மா எங்கேனு பார்த்தா, ஆனா எங்கேயுமே அவங்கள காணோம். லைட்டும் ரெண்டு மூணு தடவ ஆஃப் ஆச்சு நான் ரொம்ப பயந்துட்டேன், ஆனா அந்த குழந்தை மட்டும் பயபடல அது சிரிச்சுகிட்டே தான் இருந்துச்சி.

கொஞ்ச நேரம் கழிச்சு ட்ரெயின் ஒரு இடத்துல நின்னுச்சு நானும் அந்த குழந்தைய சீட்ல உட்கார வச்சுட்டு அது என்ன இடம்'னு பார்த்தேன்.

பார்த்தா அது ஒரு கருங்காடா இருந்துச்சு, எப்படி இந்த ட்ரெயின் இங்க வந்துச்சுன்னு யோசிச்சுகிட்டே திரும்பவும் அந்த குழந்தைய தூக்க வந்தேன், ஆனா அந்த இடத்தில அந்த குழந்த இல்ல.

நானும் அந்த கம்பார்ட்மெண்ட் ஃபுல்லா அந்த குழந்தைய தேடுனேன், ஆனா எங்கேயுமே அந்த குழந்த கிடைக்கல, 'இங்கே என்னடா நடக்குதுன்னு' எனக்கு ஒன்னும் புரியாம நான் அப்படியே அங்கேயே நின்னுட்டு இருந்தேன்.

திடீர்னு அந்த கம்பார்ட்மெண்ட்ல இருந்த எல்லா லைட்டும் ஆஃப் ஆகிடுச்சு, நான் போன்ல இருக்குற டார்ச் லைட்ட ஆன் பண்ணி வேற கம்பார்ட்மெண்ட்ல போய் உட்கார்ந்துக்குலாம்னு நினச்சேன்.

நான் இறங்கி பக்கத்து கம்பார்ட்மெண்ட்க்கு போய் பார்க்கும்போது அங்கயுமே யாரும் இல்ல, சரி வேற

கம்பார்ட்மெண்ட்ல போய் பார்க்கலாம்னு நினச்சு இறங்குனே, அந்த கம்பார்ட்மெண்ட்லயும் இருக்குற எல்லா லைட்டும் ஆஃப் ஆகிருச்சு, இதே மாதிரி ஒவ்வொரு கம்பார்ட்மென்ட்க்கும் நான் போய் பார்க்கும் போது அங்க யாருமே இல்ல, அதே மாதிரி எல்லா கம்பார்ட்மெண்ட்லயும் மறுபடியும், மறுபடியும் லைட் ஆஃப் ஆகிட்டே இருந்துச்சு.

சரி டிரெயின் யார் ஓட்டுறாங்கன்னு போய் பார்ப்போம்னு நினச்சு, முதல் கம்பார்ட்மெண்டுக்கு போய் பார்த்தேன், அங்கேயும் யாரும் இல்ல ஆனா அங்க இருந்த காலண்டர்ல *"செப்டம்பர் 7"* அப்படின்னு இருந்துச்சு, அத பார்த்துட்டு நான் ரொம்பவே பயந்து கீழ வேக வேகமா இறங்குனேன்.

அந்த கம்பார்ட்மெண்டுக்குள்ளயும் யாருமே இல்லாததுனால, அந்த டிரெயின்லையும் யாருமே இல்லன்னு நினச்சு அங்க பக்கத்துல இருந்த ஒரு கல்லு மேல உட்கார்ந்தேன், அப்ப யாரோ என் பின்னாடி பக்கம் இருந்து என் தோள்பட்ட மேல கை வைக்கிற மாதிரி ஃபீல் ஆச்சு, நான் உடனே அது யாரோட கைன்னு பார்க்கலாம்னு நினைக்கும் போது அந்த கையெல்லாம் ஒரே இரத்தமா இருந்துச்சு....

3) மூன்றாவது சம்பவம்:

அந்த பயங்கரமான கனவு இன்னும் எத்தன நாள் தான் என்ன பயமுறுத்திக்கிட்டே இருக்க போகுதோ, இனிமே நான் தூங்க மாட்டேன் ஏன்னா அப்போ தான அந்த கெட்ட கனவு எனக்கு வராது.

நான் தூங்குறத விட்டுட்டு மத்த எல்லா வேலையும் பார்க்க ஆரம்பிச்சேன், முதல்ல நான் புத்தகத்த படிக்க ஆரம்பிச்சேன், நான் புத்தகத்த படிச்சிட்டு இருக்கும்போது

திடீர்னு அந்த புத்தகத்துல நான் கனவுல பார்த்த அந்த அரக்கியோட டயலாக்லாம் கேட்டுச்சு.

உடனே நான் பயந்துட்டு புத்தகத்த மூடி வச்சிட்டேன், சரி சாப்பிட்டுகிட்டே டிவி பார்க்கலாம்னு நினச்சு தட்டுல சாப்பாட போட்டு டிவி பார்க்க ஆரம்பிச்சேன்.

'என்னடா இது, எப்பப் பார்த்தாலும் நம்ம சாப்பிட்டு இருக்கும்போது சரி, போன் சார்ஜ் போடும்போது சரி, எல்லா சேனலையும் விளம்பரமா போடுறாங்க, இல்லனா நமக்கு புடிக்காததா போடுறாங்க', அப்படின்னு நான் நினச்சிட்டு இருக்கும்போது டக்குனு கேபிள் கட் ஆகிருச்சு, 'சரி நல்லதா போச்சு பேசாம நம்ம டிவியை ஆஃப் பண்ணிட்டு, சாப்பிட்டு முடிச்சிடலாம்'னு நினச்சு டிவி ரிமோட் எடுத்து டிவி ஆஃப் பண்ணா, ஆனா ஆஃப் ஆகல, திரும்பத் திரும்ப அந்த பட்டன தட்டிக்கிட்டே இருக்கேன், ஆனா அது ஆஃப் ஆகவே இல்ல.

என்னடா இது, ரிமோட் கூட நம்மள பழிவாங்குதுன்னு நினச்சுக்கிட்டு டிவியோட வயர புடுங்கி போடலாம்னு டிவி கிட்ட போனேன், ஆனா அதுக்குள்ள ஒரு சத்தம் வர ஆரம்பிச்சுடுச்சு அந்த சத்தம் என்னன்னு பார்க்க டிவி முன்னாடி போனா... அந்த அரக்கன் சாரி, அந்த அரக்கி இல்ல அது என்னன்னு எனக்கு சரியா சொல்ல தெரியல, இருந்தாலும் என் கனவுல என்ன பயப்படுத்துன குரல் தான் இது, அப்படின்னு நான் பயந்துட்டு இருக்கும்போது, டக்குனு அந்த உருவம் டிவில இருந்து வெளியே வந்து என் கழுத்தை புடிச்சிருச்சு.

உடனே கண்ணமூடி நான் அம்மான்னு கத்துனேன்... நான் கத்துனதுக்கு அப்புறம் அந்த உருவம் மறஞ்சிடுச்சு, எனக்கு பயமா தான் இருக்கு இருந்தாலும், அது வெறும் கனவுனு நினைக்கும் போது கொஞ்சம் மனசுக்கு ஆறுதலா இருக்கு.

என்னடா இது, டிவிலையும் பிரச்சன, புத்தகத்துலையும் பிரச்சன, அதனால ரேடியோவ கேட்கலாம்'னு அத ஆன் பண்ணேன், ஆனா அதுல ஏதாவது பாட்டு போடுவாங்கன்னு பார்த்தா அதுக்கு பதிலா சம்பந்தமே இல்லாம,

"செப்டம்பர் மாதம் ஏழாம் தேதி அதிகமான காற்றழுத்தம் கூடிய பயங்கரமான கனமழை பெய்ய வாய்ப்பு இருக்கு, அதனால் யாருமே வீட்டை விட்டு வெளியே வர வேண்டாம்" அப்படின்னு வானிலை அறிக்கை சொல்லிட்டு இருந்தாங்க கடுப்பான நானு ரேடியோ ஆஃப் பண்ணேன், ஆனா அது ஆஃப் ஆகாம,

"முக்கியமா நீ வீட்ட விட்டு வெளியே எங்கேயுமே போகக்கூடாது, நீ கனவுக்கு மட்டும்தான் வரணும்" அப்படின்னு அது கொடூரமான குரல்ல சொல்லுச்சு.

உடனே நான் பயத்துல அந்த ரேடியோவ தூக்கி போட்டு உடைச்சிட்டேன், சரி வீட்ட விட்டு வெளியே எங்கேயாவது போலாம்னு நினைச்சா, வீட்டுக்கு வெளிய யாரோ பூட்டு போட்டு போயிட்டாங்க, என்னால கதவ தொறக்க முடியல, சரி ஜன்னல் வழியா யாரையாவது கூப்பிடலாம்னு பார்த்தா வெளியே யாருமே இல்ல ஆனா ஆப்போசிட்ல எனக்கு புடிச்ச ஹீரோ படம் "செப்டம்பர் ஏழாம் தேதி" ரிலீஸ் ஆகுதுன்னு போஸ்டர்ல போட்டு இருந்தாங்க.

இந்த "செப்டம்பர் ஏழு" எங்க போனாலும் என்ன விடாம துரத்திக்கிட்டே இருக்கு, அப்படி என்னதான் எனக்கு நடக்க போகுதோ இந்த "செப்டம்பர் ஏழாம் தேதியில".

அது என்ன நடந்தாலும் பரவாயில்ல, நான் அதக் கண்டுக்கப் போறது கிடையாது, இப்ப நான் என்ன பண்ணாலும் அது பிரச்சினையா தான் வந்து விழுது, அதனால நான் எதுவுமே பண்ணாம பேசாம தியானம் பண்ண போறேன்.

அப்படின்னு நான் தியானம் பண்ணிக்கிட்டு இருக்கும்போது, என் போனுக்கு ஒரு கால் சும்மா வந்துட்டே இருந்துச்சு, நான் போன் எடுத்து பார்த்தா "அன்நௌன் நம்பர்னு" வந்துச்சு நான் அத அட்டெண்ட் பண்ணல, ஆனாலும் திரும்ப திரும்ப எனக்கு கால் வந்துட்டே இருந்துச்சு.

யார்ரா இவங்க, திரும்பத் திரும்ப கால் பண்ணிக்கிட்டே இருக்காங்கன்னு போன் எடுத்து பார்க்கும்போது இந்த தடவ எங்க தாத்தா கால் பண்ணிட்டு இருக்காரு.

நான் உடனே அட்டெண்ட் பண்ணி பேசுனேன், ஆனா அப்போ நான் கேட்டது எங்க தாத்தாவோட குரல் கிடையாது, ஆனா எனக்கு ஆல்ரெடி தெரிஞ்ச குரல் மாதிரி தான் இருந்துச்சு.

அது யாரு யாருன்னு திரும்பத் திரும்ப கேட்டுட்டே இருந்தேன், ஆனா அதுக்குலாம் ஆன்சர் பண்ணாம அவங்க பாட்டுக்கு ஏதோ பேசிட்டே இருந்தாங்க, ஆனா கடைசில,

"எவ்ளோ தூரம் வேணும்னாலும் ஓடிப்போ, நீ எந்த இடத்துக்கு வேணும்னாலும் தப்பிச்சு போய்க்கோ, ஆனா நீ கடைசில செப்டம்பர் ஏழாம் தேதி என்கிட்ட தான் வந்தாகணும், அது மட்டுமில்லாம நீ சீக்கிரமா கனவுக்குள்ள வரலனா, நான் உன்னய தேடி வருவேன்".

அப்படின்னு அவங்க சொன்னதும், நான் கனவுல இருந்து முழிச்சுகிட்டேன், நீங்க நினைச்சதெல்லாம் கரெக்ட் தான், இந்த மூணு சம்பவங்களுமே எனக்கு வந்த கனவுகள் தான்.

ஆனா இதெல்லாம் வெறும் கனவா மட்டும் என்னால எடுத்துக்க முடியாது, ஏன்னா எனக்கு வந்த மூணு கனவுகளுமே "செப்டம்பர் ஏழாம் தேதி" ஏதோ ஒரு பெரிய ஆபத்து வர்ற மாதிரி தான் நடந்துச்சு.

அதனால கண்டிப்பா "செப்டம்பர் 7ஆம் தேதி" எனக்கு ஏதோ ஒன்னு பெருசா நடக்க போகுது மட்டும் எனக்கு நல்லா தெரியுது.

இது வெறும் கனவு தானே, கனவுல நடந்த மாதிரி நிஜத்திலும் நடக்குமா அப்படின்னு நீங்க நினைக்கிறது எனக்கு நல்லாவே புரியுது, ஆனா நான் என் வாழ்க்கல பார்த்த பாதி கனவுக்கு மேல உண்மையாலே நடந்திருக்கு, அதனால இத என்னால அவ்ளோ ஈஸியா எடுத்துக்க முடியாது.

நாளைக்கு தான் "செப்டம்பர் 7" இன்னிக்கு நான் தூங்குனா நாளைக்கு நான் எந்திரிப்பேனானு சரியா தெரியாது, அப்படி நான் எந்திரிச்சாலும் என்ன நடக்கும்னு எனக்கு தெரியல.

இருந்தாலும் நான் இன்னிக்கி நிம்மதியா தூங்க போறேன்.

அத்தியாயம் ஏழு : கடைசி நாளா?

என்னோட ரொம்ப நாள் ஆசை நிறைவேறிடுச்சு, நான் இத்தன நாள் எங்க வரணும்னு ஆசைப்பட்டேனோ கடைசில அங்கேயே வந்துட்டேன்.

நான் இங்க வரணும்னு ஆசைப்பட்டது என்னவோ உண்மைதான், ஆனா நான் இங்க உண்மையாலே வருவேன்னு ஒரு நாள் கூட நம்புனது கிடையாது, ஆனா அந்த நம்பிக்க இப்போ பொய்யாகிருச்சு.

இந்த இடம் தான் மொத்த பிரபஞ்சத்திலேயே அதிக ரகசியங்கள் இருக்கிற ஒரு இடம், இந்த இடத்தோட பேரு "லூஃபா தீவு", இந்த தீவுல ஏகப்பட்ட உயிரினங்கள் வாழ்ந்துட்டு இருக்கு, அதாவது ஒவ்வொரு உயிரினமும் ஒவ்வொரு குணாதிசயங்களும், பழக்கவழக்கங்களையும் கொண்டு இருக்கு.

இந்த தீவில மனுசங்கள விட மிருகங்கள் தான் அதிகமா இருக்கும், அதெல்லாம் நீங்க நினைக்கிற மாதிரி சாதாரண மிருகங்கள் இல்ல, அதுகளுக்கு நிறைய சக்திகளும் இருக்கு, அது மட்டுமில்லாம அதுங்கனால மனுஷங்க கிட்டயும் பேச முடியும்.

உண்மைய சொல்லபோனா இந்த தீவுல இருக்குற விலங்குகளுக்கு கீழதான் எல்லா மனுஷனுங்களுமே வாழ்ந்துட்டு இருக்காங்க. இங்க இருக்குற விலங்குகளுக்குள்ள ஏகப்பட்ட பிரச்சனைகள் இருக்கு, அதுல முக்கியமா சொல்ல போனா "கழுதப்புலிகளுக்கும், ஓநாய்களுக்கும்" தான் பிரச்சனயே.

ஏன்னா ஒரு காலத்துல ஓநாய்கள் தான் இந்த தீவ ஆட்சி பண்ணிட்டு இருந்துச்சு, ஆனா இப்ப அதுங்கள ஏமாத்தி கழுதப்புலிகள் தான் இந்த தீவ ஆட்சி பண்ணிட்டு இருக்கு.

அந்த கழுதப்புலி ஆட்சி ரொம்பவே கொடூரமானதா இருந்துச்சு, அத எதுக்குற அளவுக்கு இங்க யாருமே இல்ல.

ஏன்னா அந்த ஏழு சக்திகள்ல, மூணு சக்திகள் அந்த கழுதப்புலி கிட்டதான் இருக்கு, அது மட்டுமில்லாம 'டைனோசரோ, டிராகனோ' எதுன்னு சரியா தெரியல, ஆனா அது ரெண்டுல ஏதோ ஒன்னு அந்த கழுதப்புலி கிட்ட இருக்கு, அதனால அந்த கழுதப்புலிய எதுக்கிறது அவ்ளோ சுலபலாம் கிடையாது, அப்புறம் அந்த ஏழு சக்திகள்ல எனக்கு ரொம்பவே புடிச்ச சக்தி என்னன்னா, ஆசையின் சக்தி தான் அந்த சக்திய வச்சு நம்மளால......

ஒரு நிமிஷம் இருங்க, அந்த சக்திய பத்தி நான் அப்புறம் சொல்றேன். ஏன்னா இப்ப நான் பார்க்குறது "லூஃபா தீவுல" ரொம்ப அழகான இடமான "மாக் அருவிய" தான் பார்த்துட்டு இருக்கேன்.

இது பார்க்கவே ரொம்பவே அழகா இருக்கு, அந்த அழக பத்தி சொல்லுறதுக்கே புதுசா ஒரு வார்த்தைய தான் உருவாக்கணும்.

இந்த அருவி பக்கத்துல இருக்குற சில செடிகளுக்கு உணர்ச்சிகளை உணரக்கூடிய சக்தி இருக்கு, அது என்னன்னா நம்ம சோகமா இருக்கும் போது, அந்த செடி கிட்ட போய் அத தொட்டா, நம்ம கடந்த காலத்தில இருக்கிற அழகான விஷயங்க எல்லாத்தையுமே ஞாபகப்படுத்தும்.

நானும் அந்த செடிய தொடலாம்னு அது பக்கத்துல போனேன், அப்போ "நவநீ"னு ஒரு குரல்...

நான் திரும்பி யார்ரா அது, என் பேர சொல்லி கூப்பிடுறாங்கனு பார்த்த, அது மிகப்பெரிய ஆச்சரியமா இருந்துச்சு எனக்கு, ஏன்னா அது என்ன மாதிரியே இருக்குற ஒருத்தன்

யார் நீ? பார்க்க என்ன மாதிரியே இருக்க! என் பேரு உனக்கு எப்படி தெரியும்?

"என் பேரு நவநீதன், உன்ன பத்தி எனக்கு நிறைய தெரியும்"

என்னது நவநீதனா!! அது எப்படி ஒரே பேர்ல ஒரே மாதிரி ரெண்டு பேர் இருக்க முடியும், அது எப்படி சாத்தியம்?

"நீ ஒரு ரைட்டர் தானே, இது கூடவா உனக்கு தெரியாது?"

இல்ல, எனக்கு உண்மையாவே புரியல!! நான் கற்பனையான விஷயத்த நிறைய யோசிச்சு பார்த்து இருக்கேன், ஆனா அதுலாம் நடக்குமானு நான் கொஞ்சம் கூட எதிர்பார்க்கல்ல.

"கரெக்ட் தான் நவநீ, நீ கற்பனையா நினச்சு சில கதைகள எழுதுனதெல்லாம் உண்மைதான், அதுல ஒரு உண்மைதான் இது".

அப்போ நீ வேற யூனிவர்ச சேர்ந்தவனா?

"ஆமா நீ நினைச்சது கரெக்ட் தான் நான் வேற யுனிவர்ச சேர்ந்தவன் தான்".

இது உடனே என்னால நம்ப முடியல, ஆனா இது கேக்குறதுக்கு நல்லா இருக்கு, சரி உன் பக்கத்துல இருக்கறது யாரு?

“இவர ஏற்கனவே உனக்கு நல்லா தெரியும் இவர்தான் ஆனெக்ஸின்”.

என்னது ஆனெக்ஸின்னா!! இவர் உண்மையாலுமே இருக்காரா!! இவர நான் என்னோட கற்பன கதாபாத்திரமா தானே நினச்சுட்டு இருந்தேன், ஆனா அவரு இப்ப எனக்கு முன்னாடி இருக்கிறத, என்னால உண்மையாலுமே நம்ப முடியல.

‘ஆமா, நவநீ நான் தான் ஆனெக்ஸின்’.

அப்படின்னு சொல்லி எனக்கு அவரு கை கொடுத்தாரு, பதிலுக்கு நானும் திருப்பி அவருக்கு கை கொடுத்துட்டு, அவர்கிட்ட,

எனக்கு எல்லாமே ஓகேதான் இருந்தாலும் என்ன எதுக்கு நீங்க பார்க்க வந்தீங்க?

‘எங்களுக்கு உன்னோட உதவி தேவைப்படுது அதனாலதான் உன்ன நாங்க பார்க்க வந்தோம்’.

என்ன ஆனெக்ஸின் சொல்லுறீங்க, என்னோட உதவியா? என்னால உங்களுக்கு என்ன உதவி பண்ண முடியும்.

“அப்படி இல்ல நவநீ, உன்னால எங்களுக்கு உதவி பண்ண முடியும்”.

என்ன நவநீதன் நீயுமே அதேதான் சொல்லிட்டு இருக்க, நீங்க ரெண்டு பேரும் பேசுறது எனக்கு ஒன்னுமே புரியல.

"அது உனக்கு போகப் போக புரியும் நவநீ, இப்ப நம்ம கிளம்பலாமா?"

எங்க கிளம்புறது, என்கிட்ட தான் எந்த சக்தியமே இல்லயே, அப்போ எப்படி உங்க கூட வந்து உங்களுக்கு உதவி பண்ண முடியும்.

'நீ எங்களுக்கு உதவி பண்ண சக்தி இருக்கணும்னு எந்த ஒரு அவசியமும் இல்ல, அது எல்லாத்தையுமே நான் பார்த்துக்கிறேன்'.

அப்போ நீங்க எனக்கு சக்தி கொடுப்பீங்களா ஆனெக்ஸின்!!

'நான் அப்படி சொல்லல்ல, நான் எல்லாத்தையும் பார்த்துக்குறேன்னு தான் சொன்னேன்'.

என்னோட கதைல எப்படி நான் உங்கள ஒரு கேரக்டர எழுதுனேனோ அதே மாதிரி தான் நீங்க நேர்லையும் இருக்கீங்க.

'எல்லா பிரபஞ்சத்திலுமே இப்படிதான் எல்லா நவநீதனும் கிட்டதட்ட ஒரே மாதிரி இருக்கீங்க'.

நவநீதன், ஆனெக்ஸின் சொல்லுறது கரெக்டா, எல்லா நவநீதனுமே ஒரே மாதிரிதான் இருக்காங்களா?

"எனக்கு சரியா தெரியல நவநீ, ஆனா நான் கேள்விப்பட்ட வரைக்கும் உண்மதான்".

சரி இப்ப நம்ம எங்கப் போறோம், எதுக்காகப் போறோம், நான் உங்களுக்கு என்ன பண்ணனும்'னு எல்லாத்தையுமே

கொஞ்சம் தெளிவா சொல்லுங்க, அப்பதான் என்னால உங்க கூட வர முடியும்.

“இல்ல, அது எதுக்குன்னு எங்கனால இப்ப சொல்லமுடியாது, நீ எங்கள நம்பி வா நவநீ, நான் போகப் போக உனக்கு எல்லாத்தையுமே சொல்லுறேன்".

என்ன நவநீதன், நம்ம தான் யாரையுமே அவ்ளோ சீக்கிரமா நம்ப மாட்டோமே அப்புறம் எப்படி உங்கள என்னால நம்ப முடியும், அதுவும் சீக்கிரமா.

“அதுக்குன்னு உன்ன நீயே நம்ப மாட்டியா?"

அப்படி இல்ல, எப்படியும் நான் எழுதுன கத மாதிரி தான் நடக்கப்போகுதுனு எனக்கு நல்லா தெரியும், அதனால தான் நான் கொஞ்சம் யோசிக்கிறேன்.

“நீ கதைல எழுதின அளவுக்கு மோசமாலாம் நடக்குமானு தெரியாது, ஆனா அதவிட பயங்கரமா நடக்கலாம், நாங்க உன்னய பார்த்துக்கிறோம் நீ ஒன்னும் பயப்படாத".

சரி நீங்க இவ்ளோ தூரம் சொல்லுறதுனால நான் ஒத்துக்குறேன்.., ஆனா எதுக்கு அந்த ஆந்த என்ன பார்த்து முறைச்சுக்கிட்டே இருக்கு?

“அத இன்னமுமா நீ யாருன்னு கண்டுபிடிக்காம இருக்க? கொஞ்சம் நல்லா யோசிச்சு பாரு, உனக்கே யாருன்னு தெரியும்".

அப்போ அது மாயாவா!!

“ஆமா அது மாயாவே... தான்".

ஆனா மாயாவா இருந்துட்டு, அவ ஏன் இன்னமும் என்கிட்ட பேசாம இருக்கா?

"அவ அப்படித்தான், சில பேர் கிட்ட உடனேலாம் பேச மாட்டா".

அப்போ நான் எழுதின எல்லா கேரக்டருமே நிஜத்துலயுமே இருக்கா,

'அத அப்படியெல்லாம் சொல்லிட முடியாது, ஆனா ஒருவேள இருக்கலாம்'.

சரிங்க ஆனெக்ஸின் இப்ப நம்ம கிளம்பலாமா?

'சரி நவநீ, எப்படியோ நீயும் ஒரு வழியா இந்த சாகச பயணத்துக்கு தயார் ஆகிட்ட'.

நீங்க சொல்லுறது கரெக்ட் தான் ஆனெக்ஸின், ஆனா ஒரு நிமிஷம் இருங்க!! இந்த சாகச பயணம், ஆனெக்ஸின், மாயா இதுலாம் கேட்கும் போது, எனக்கு இது எல்லாமே ஏதோ ஒரு கனவு மாதிரிதான் ஃபீல் ஆகுது, ஒருவேள நான் கனவுல தான் இருக்கனா? சொல்லுங்க ஆனெக்ஸின்?

'நீ இருக்கிற இடத்த கொஞ்சம் சுத்திப்பாரு, நீ எங்க இருக்கேன்னு உனக்கே புரியும், உனக்கு புரிஞ்சுச்சுன்னா சொல்லு நம்ம இப்ப கிளம்பலாம், ஏன்னா நமக்கு நேரம் குறைவாதான் இருக்கு'...

தொடரும்

கடைசி ஏழு நாட்கள்

www.ingramcontent.com/pod-product-compliance
Lightning Source LLC
LaVergne TN
LVHW050820051026
849532LV00008B/3035
* 9 7 8 8 1 1 9 3 3 2 5 6 4 *